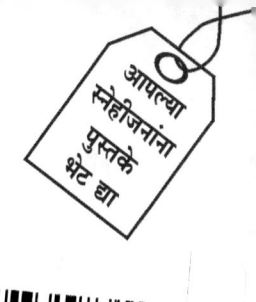

आपल्या स्नेहीजनांना पुस्तके भेट द्या

I0678667

प्रेममयी

वपु काळे

मेहता
पब्लिशिंग
हाऊस

◆ *या पुस्तकातील लेखकाची मते, घटना, वर्णने ही त्या लेखकाची असून त्याच्याशी प्रकाशक सहमत असतीलच असे नाही.*

PREMAMAYEE by V.P. KALE

प्रेममयी : वपु काळे / लघुकादंबरी

© स्वाती चांदोरकर व सुहास काळे

मराठी पुस्तक प्रकाशनाचे हक्क मेहता पब्लिशिंग हाऊस, पुणे.

प्रकाशक : सुनील अनिल मेहता, मेहता पब्लिशिंग हाऊस,
१९४१ सदाशिव पेठ, माडीवाले कॉलनी, पुणे - ४११०३०.

अक्षरजुळणी : इफेक्ट्स, २१/६ब आयडिअल कॉलनी, कोथरूड, पुणे ३८.

मुखपृष्ठ : शैलेश मांडरे

प्रकाशनकाल : २५ मार्च, २००१ / २६ जुलै, २००१ / फेब्रुवारी, २००३ / फेब्रुवारी, २००४ / सप्टेंबर, २००५ / डिसेंबर, २००६ / ऑगस्ट, २००८ / डिसेंबर, २००९ / सप्टेंबर, २०११ / जानेवारी, २०१३ / फेब्रुवारी, २०१४ / नोव्हेंबर, २०१५
पुनर्मुद्रण : मे, २०१८

P Book ISBN 9788177663716
E Book ISBN 9788184989366
E Books available on : play.google.com/store/books
www.amazon.in

पूर्वीचे संत खऱ्या अर्थाने द्रष्टे होते.
'मऊ मेणाहुनी। आम्ही विष्णुदास'
सबंध अभंगातली पुढची ओळ छापावी लागणार नाही,
अशी असामी विसाव्या शतकात जन्माला येणार आहे,
हे त्यांना केव्हाच माहिती होतं.

एक अभ्यासू माणूस, साहित्याचा व्यासंगी, बहुश्रुत–
इतकं सगळं असूनही कुणाचंही साहित्य वाचून तो
खूश होतो. हा एक दुर्मीळ योग आहे.
'शादी किसी की भी हो, अपना दिल गाता है।'
अशा वृत्तीचा हा स्वत:वर आणि जगावर खूश असणारा गृहस्थ.
बहिणाबाईच्या ओळींप्रमाणे,
'माझं दु:ख, माझं दु:ख, तळघरात कोंडलं
माझं सुख, माझं सुख, हंड्या-झुंबरं टांगलं.'
अशी आनंदाची आणि सुखाची हंडी डोक्यावर
घेऊन तो सगळीकडं संचार करतो.

'शादी किसीकी भी हो,' याप्रमाणे कोणत्याही लेखकाचं
पुस्तक प्रकाशित झालं, की तो महोत्सव साजरा
करतो. आमच्या इतक्या वर्षांच्या गाठीभेटींत मी
एकाही भेटीत, त्याच्याकडून कुणाबद्दलही कटू शब्द
ऐकलेला नाही. क्रोध, मत्सर, हेवा हे शब्द त्यानं ऐकले नाहीत.

मी एकदा त्याला विचारलं,
'मला तुझं एखादं स्वप्न सांग...'
तो म्हणाला,
'एकूण एक पापभीरू, श्रद्धाळू, सच्छील अशा माणसांची
मोठी वसाहत बांधायची आहे. ज्ञानेश्वरांच्या शब्दांत
वर्षत सकळ मंगळी। ईश्वरनिष्ठांची मांदियाळी।
अनवरत भूमंडळीं। भेटतु भूतां।'
हे माझं स्वप्न आहे.
निर्व्याज गड्या, स्मगलर्स, राज्यकर्ते, वेगवेगळे पक्ष,
व्यापारी, बिल्डर्स यांच्या पोटी तू जन्माला आला नाहीस.
तुझं हे स्वप्न, स्वप्नच राहणार आहे.

अशा सत्प्रवृत्त मित्रास, वामन देशपांडेला 'प्रेममयी' अर्पण.
तो ह्या शतकातला 'बाऊल'च आहे.

अनुक्रमणिका

समर्पण हेच ज्ञानाचं रहस्य!

तुम्हांला मी जर सांगितलं, की ह्या पृथ्वीच्या पाठीवर एक विशिष्ट जमात आहे, ही जमात धर्म मानत नाही, ही माणसं देवळात जात नाहीत; पण ते हिंदूंचे शत्रू नव्हते. ते मशिदीतपण जात नाहीत आणि तरी त्यांना मुसलमानांचं वावडं नाही. ते जैन नाहीत, ख्रिस्ती नाहीत. त्यांना स्वत:चीही विशिष्ट जात नाही. ही जमात स्वत:तच परमेश्वराला पाहते. म्हणूनच ह्यांच्या उभ्या आयुष्याची वाटचाल, दिंडी, यात्रा बाहेरच्या जगात नाही, ते अंतर्मनाच्या दिशेनं यात्रा करतात. त्यांच्या देहांत, अणूरेणूंत एक विशिष्ट माणूस आहे. ते त्याला 'रिअल मॅन' म्हणतात. रिअल मॅन म्हणजे आधारमानव, चैतन्यमानव.

आयुष्यभर ही जमात त्या रिअल मॅनच्या शोधात मग्न असते. ते म्हणतात,

'आमचं शरीर हेच आमचं देऊळ आणि तो 'रिअल मॅन' हा आमचा देव. एरव्ही ते परमेश्वराचा उल्लेखही करीत नाहीत.'

ही माणसं एकाएकी रडायला लागतात. कधीही हसत सुटतात. रडण्या-हसण्यामागं आपण परंपरेनं काही कारणं शोधतो. ते म्हणतात,

'कारण कशाला हवं? आम्हांला आतून रडावंसं वाटतंय्, आम्ही रडतो. हसावंसं वाटेल, तेव्हा हसू.'

रडणं-हसणं हा ते त्यांचा त्या त्या क्षणीचा उद्‌गार मानतात. तसं त्यांचं सगळंच वागणं उत्स्फूर्त (स्पॉन्टेनियस) असतं. उद्याची शाश्वती नाही, भविष्याची ग्वाही नाही. हाच क्षण. वाटलं, तर रडावं-हसावं. ह्या जमातीला घर नाही. एकमेव घर 'परमेश्वर' आणि 'आकाश' हे छत.

प्रॉपर्टी?

कुछ नाही. एका हातात एकतारी आणि गळ्यात चर्मवाद्य.

ही माणसं नाचत असतात.

कविता म्हणतात, पण ते कवी नव्हेत. ते जाणिवेनं कवी झालेले नाहीत. म्हणूनच

की काय, त्यांच्या कवितेतही स्पॉन्टॅनिटी आहे. त्यांची कविता म्हणजे आधार मानवाचा हुंकार.

असं बरंच काही आहे.

इथवर जे सांगितलं, त्यावर आपण विश्वास ठेवता का?

मी सांगतो, म्हणून नव्हे; पण अशी माणसं कुठंतरी असावीत, असं तुम्हांला वाटतं का? तसं वाटत असेल, तर अशी माणसं आहेत.

ही माणसं ठार वेडी आहेत. ती तशीच असायला हवीत. स्वत:ला शहाणं समजणाऱ्या माणसांची ह्या जगात एवढी गर्दी झाली आहे की, तुम्हांला शहाणं म्हणून मिरवायचं असेल, तर शहाण्यांनी मान्य केलेलं वेडेपण पांघरावं लागेल; पण तुम्हांला जर विक्षिप्त ठरायचं असेल, तर स्वत:चा वेगळा मार्ग शोधावा लागेल, आणि तो मार्ग साहजिकच समाजमान्य मार्गापेक्षा वेगळा असायला लागेल; आणि हा मार्ग शोधण्याची वेळ आता आली आहे.

अजून आपण रीती-रिवाज, कर्मकांड, तीर्थस्थळं, उपासतापास, नवस ह्यांनी किती जखडले आहोत. हे सगळ्या देवस्थानांतल्या वाढणाऱ्या गर्दीमुळं समजतं.

ह्या पार्श्वभूमीवर स्वत:तच लपलेल्या देवाला शोधण्यात दंग झालेल्या जमातीचा आनंद आपण जाणू शकत नाही. जिथं त्याची कल्पनाही करू शकत नाही, तिथं मुक्त आनंद आणि आनंदच आहे. ती जमात जिप्सी वाटेल, हिप्पी वाटेल; पण ते तसे नाहीत. त्यांच्या आयुष्यांतल्या गरजाच त्यांनी शून्यावर आणून ठेवल्या आहेत.

–आणि आता आपण आपल्या गरजांची संख्या आठवून पाहावी. टी.व्ही., व्ही.सी.डी., मायक्रोवेव्ह ओव्हन, इंटरनेट, वेबसाईट, कॉम्प्युटर, हे आज आपले नातेवाईक आहेत. हजारो रुपये खर्च करायचे आणि नंतर त्यांची प्रकृती सांभाळत राहायचं. दुरुस्तीला येईल, तो खर्च करायचा.

कोण कुणाचा गुलाम?

स्वागत-समारंभ, लग्नं, बारशी, देवाणघेवाण आणि मुंबईसारख्या शहरात वास्तव्य. हे स्वीकारताना किती तास घालवायचे? किती दमायचं? ह्यात नावीन्य किती? चुकवता येत नाही, म्हणून ह्या समारंभांना जाणारे किती?

ह्याउलट, हे सोपस्कार नसलेला समाज.

असा समाज असेल?

असला, तर आवडेल?

मी सांगतो, असा समाज आहे.

त्याचं नाव बाऊल. बाऊल हा शब्द मूळ संस्कृत 'वातुल' ह्या शब्दापासून आला. वातुल म्हणजे विचित्र.

आता तुम्ही विचाराल,

‘विचित्र’ म्हणजे नेमकं काय?
आपण काही काही शब्दांना सुद्धा कायमचे विकले गेलेलो आहोत. विचित्र ह्या शब्दाची व्याख्या कोणाला विचारली, तर तो ती धडपणे सांगू शकणार नाही. असे कितीतरी शब्द आपण जाता-येता वापरतो. अनेक शब्दांतलं अर्थाचं साम्राज्य हरवलेलं आहे.
माझ्या लहानपणी ‘साल्या’ हा शब्द जर चुकून तोंडात आला, तर मार बसत असे. हाच शब्द आज आपण जाता-येता वापरतो. विचित्र शब्द वापरतानासुद्धा आपण फारसा विचार करत नाही.
सरळ मार्गानं वागणाऱ्या वृत्तीचा जो एक सांकेतिक अर्थ आपल्या मनात आपण घट्टपणे उराशी बाळगलेला आहे, त्यापेक्षा जरा वेगळं वागणं ‘विचित्र’ या शब्दात आपण बसवतो.
अशाच सगळ्या सांकेतिक हायवेवरून तुम्हांला ‘बाऊल’ व्हायचं असेल, तर स्वत:ची वाट शोधायला हवी. सत्याचा शोध घ्यायचा असेल, तर तो प्रत्येकाला स्वत:च्या वाटेनं घ्यावा लागतो. दुसऱ्याचं अनुकरण करता येत नाही. मी ‘तुम्हांला, तुम्हांला’ असं जरी म्हणत असलो, तरी तुमच्यामध्ये माझाही समावेश आहे.
बाऊल म्हणतात,
‘तुम्ही स्वत:ची वाट स्वत: निर्माण केलीत, तर परमेश्वराजवळ, सत्याजवळ किंवा वास्तवतेजवळ जाऊन पोहोचाल. पावलापावलांनीच रस्ता तयार होतो. अशी कल्पना करा, की तुम्ही घनदाट अरण्यात सापडले आहात. मार्ग सांगायला कोणी नाही आणि हातात नकाशाही नाही. चहूबाजूंनी उंचच उंच वृक्ष. केव्हातरी तुम्ही कंटाळून चालायला सुरुवात करता. तुमच्या या शोधामुळंच वाट तयार होते.’
तुम्ही स्वत:ची वेगळी वाट शोधण्यात यशस्वी झालात, म्हणजे विचित्र ठरलात.
मध्यंतरी एक विधान वाचनात आलं होतं:
‘Education means running away from Nature.’
बाऊल समाज तसा नाही. तो उत्कटतेनं जगतो. उत्स्फूर्तपणे हालचाल करतो. म्हणूनच तो निसर्गाच्या अधिक निकट आहे. हे एका साध्या गोष्टीवरून सांगता येईल.
सीलिंग फॅनचा वारा घेणं आणि खिडकीतून वाऱ्याची एखादी झुळूक येणं यात जेवढं अंतर आहे, तेवढंच अंतर बाऊलमध्ये आणि आपल्यामध्ये आहे.
माणूस सहजतेकडं जितका झुकेल, तितका मुक्त होईल. मुक्ती हाच आनंद.
बाऊल म्हणतो,
‘परंपरांनी जखडलेला माणूस मृतवत असतो. परंपरा आणि सामाजिक बंधन यांना शरण गेलेला माणूस स्वत:वर अनेक सवयी आणि बंधनं लादून घेतो. बंधनांच्याच

कुंपणात आयुष्य जगतो म्हटल्यावर जागरूक राहण्याचा प्रश्नच उद्‌भवत नाही.' माणसं देवळात जातात. माथा झुकवतात. अंत:करणापासून किती? आणि अंगवळणी पडलं, म्हणून किती? याचा ज्यानं त्यानं विचार करावा. आपल्या दिवसभरातल्या एकूण एक हालचाली, कामं, इतरांशी केलेला व्यवहार हे म्हणजे, 'पडिलें वळण। इंद्रियां सकळ।' या स्वरुपाचं असतं.

– आणि हेच वळण आता आपल्याला बंधनकारक वाटत आहे; पण मुक्तिचा मार्ग दिसत नाही. या पोकळीतूनच काही माणसं क्लबमध्ये जातात. काही बायका भिशीकडं वळतात, काही माणसं स्वत:ला बाटलीमध्ये बुडवून घेतात, तर काहीजण जपाची माळ घेतात. एवढं करूनही त्यांना समाधान मिळत नाही. स्वत:ची मूळ वृत्ती काय आहे, हे जाणून न घेतल्यामुळं माणसं, मनात येईल तसं वागूनसुद्धा शांत नसतात. त्यांनी शोधलेले उपाय बांडगुळांसारखे असतात. ही बांडगुळंच विराट रूप धारण करतात. त्यालाच आपण आयुष्य समजतो. जमिनीच्या वर झगमगणारं झाड ही एक शोकेस आहे. मूळ वृत्तीची मुळं गोडाऊनमध्ये गाडलेली असतात. जमिनीच्या वरचं झाड जेवढं विस्तारीत होत जातं, तितक्याच प्रमाणात मुळं खोल गाभ्यापर्यंत जातात. गाभ्यातला मूळ स्त्रोत तुम्हांला आतून टोचत राहतो आणि तुम्ही-आम्ही गुलमोहोर किती फुललाय्, हेच पाहत राहतो. झगमगणाऱ्या गुलमोहरासारखं आपलं आयुष्य वरवरचं झालेलं आहे. आज अनेक लोकांच्या दारी मारुती आहे. एनई आहे, इंडिका आहे. घरात मायक्रोवेव्ह ओव्हनपासून व्हीसीडी आहे, कॉम्प्युटर आहे, टी.व्ही. आहे. इतकंच नव्हे, तर यापुढची प्रगती म्हणजे इंटरनेट आणि वेबसाइट हे महागडे पाहुणे आपण प्रचंड खर्च करून विकत घेतोय्; आणि उरलेला सगळा वेळ त्यांची बडदास्त ठेवण्यात घालवतोय्.

कोण कुणाचा गुलाम? कोण कुणाला राबवतोय्? ह्या विकत घेतलेल्या पाहुण्यांपैकी एकाची प्रकृती जरी ढासळली, तरी आपण अस्वस्थ होतो. या यंत्रांच्या मागोमाग आपल्या घरात किती वेगवेगळ्या मेकॅनिक्सची ये-जा होते. त्यांना गाठण्यात किती वेळ जातो; ही मंडळी मोबाईलवरसुद्धा भेटत नाहीत. थोडा विचार करावा. आपण संपन्न झालो, की ग्राहक? याच सगळ्या अपाधापीमधून आपण शांत माणूस शोधत असतो.

बाऊल हा शांत माणूस आहे. तसाच तो बंडखोरही आहे; पण क्रांतिकारक नाही. क्रांतिकारक अद्यापही समाजाचा विचार करतो. हे जग बदलायचं कसं? हा क्रांतिकारकांचा न संपणारा ध्यास असतो. याउलट, बंडखोर, समाजाचा विचार करत नाही. कारण आपल्याला एकट्याला समाज बदलता येणार नाही, हे त्याला माहीत असतं. मी कोण समाज बदलणार? इथं तो थांबतो. एका ठराविक साच्यातून समाजाला जायचं असेल, तर मी त्यात लुडबूड करणारा कोण? हा त्याचा सरळ सरळ सवाल आहे.

त्या भानगडीत न पडता तो स्वत:मध्ये बदल घडवून आणतो. त्याची क्रांती ही त्याच्यापुरती एका वेगळ्या स्तरावर नेणारी असते. म्हणूनच ती अंतर्मनाची प्रेरणा असते. असा माणूस– ज्याला रिबेलियन म्हणता येईल, तो त्याला न पटणाऱ्या समाजाशी फटकून राहतो. समाजाची जडणघडण बदलेल आणि आपण त्यात सामावून जाऊ, असली फिकीर तो करत नाही. तुम्हांला भावणारा समाज तुमच्या अवतीभोवती असेल किंवा तुम्ही जसे आहात, तसं तुम्हांला समाजानं स्वीकारलेलं आहे, असं कधीच घडत नाही. अनेक लोकांनी यासाठी शतकानुशतकं क्रांती केली; मरण पत्करलं; पण जग आहे तसंच राहिलं. सगळ्या क्रांतिकारी लोकांचं जीवन या धडपडीत फुकट गेलं.

म्हणूनच बंडखोर माणूस म्हणतो,

'जग जसं आहे, तसंच राहू द्या. ते कुणीही बदलू शकलेले नाहीत.' असं म्हणणारा माणूस जास्त प्रॅक्टिकल आहे. तो म्हणतो, 'मी माझ्या पद्धतीनं जगेन, मी माझ्यातच मला अभिप्रेत असलेलं विश्व तयार करीन.'

हीच वेगळी वाट आणि हाच वेगळा धर्म. बाऊल समाजाला धर्मच नाही. जगणं, गाणं, नाचणं या त्याच्या प्रार्थना आहेत. धर्मविषयक कोणतेही ग्रंथ ह्या जमातीत नाहीत. 'मनुस्मृति जाळून टाकावी', असा एक विचार कानांवरून गेला होता. आज वेगवेगळ्या धर्माची माणसं दुसऱ्या धर्माच्या पोथ्या-पुराणांची आरास करून ती जाळून टाकतात. विचारांचा नाश या पद्धतीनं होत नाही. विचारांना विचारांनीच उत्तर दिलं पाहिजे; पण आपण सुशिक्षित झाल्यामुळं हे आपल्याला सुचत नाही. म्हणूनच साहित्य संमेलनांतून या विषयावर परस्परविरोधी चर्चा होतात, वादंग होतात; आणि पत्रकारांना एक खाद्य मिळतं.

या सगळ्या उपद्व्यापातून बाऊल समाज मुक्त आहे. जाळून टाकण्यासाठी त्यांच्याकडं ग्रंथच नाहीत. चर्च नाही, मशीद नाही, देवळं नाहीत. त्यांच्या मनातला 'चैतन्य मानव' हाच त्यांचा देव. तो देव प्रत्येकाचा स्वतंत्र आहे, स्वयंभू आहे. त्याच्यासाठी तो जी भजनं म्हणत असेल, ती त्याची कविता आहे. त्याचा नाच हे देखील वेडेवाकडे हातवारे वाटतात; पण तो त्या चैतन्य मानवाचा उद्‌गार आहे. म्हणूनच बाऊल टवटवीत आहे. त्याच्या सावलीत तो दंग असतो. एखाद्या माणसाची कोणतीही मौल्यवान गोष्ट चोरता येईल; पण ही सावली चोरता येणार नाही.

म्हणूनच एक बाऊल तुम्हांला दुसऱ्या बाऊलसारखा दिसणार नाही. त्यांच्यातील बंडखोर वृत्तींना, प्रत्येकाला त्याच्या पद्धतीनं जगण्याचं नैसर्गिक स्वातंत्र्य दिलेलं आहे. आकाश, वृक्ष, झरे, नद्या, ओढे हे सगळ्यांवर सारख्या प्रमाणात वर्षाव करतात. इथं आपपरभाव नाही. पण त्यांच्याकडं बघणारा प्रत्येक जण स्वतंत्र असतो. त्याच्या वृत्तीला जे भावेल, तेच तो त्यातून उचलतो. जग विविधरंगी

झालंय्, ते याच कारणामुळं. शिकली-सवरलेली, सुशिक्षित माणसं सहलींना जातात– ते नेत्रसुखासाठी. ते निसर्गाचे नाना प्रकारांनी फोटो काढतील. फोटोच काढून जवळ ठेवायचा असल्यामुळे त्यांचं निसर्गाशी कोणतंही नातं राहत नाही. फक्त निसर्गासाठी बाहेर पडणारी माणसं फार थोडी.

मुंबईसारख्या शहरात आपण आवाजांना कंटाळलेलो आहोत. एखाद्या चांगल्या हॉटेलात काही खास पदार्थ खाण्याकरिता जावं, तर तिथंही टीव्ही आणि बारा तास कोकलणारा टेपरेकॉर्डर असतो. हॉटेलमधला कॅशियर आणि वेटर यांना त्या अचकट-विचकट गाण्यांचा उपद्रवसुद्धा होत नाही. टेपरेकॉर्डर चालू आहे, म्हणून आपल्या गप्पांचा आवाज चढत जातो. गप्पांचा आवाज वाढला, म्हणजे तिकडं टेपरेकॉर्डरचा व्हॉल्यूमही वाढतो. आज घरोघरी टेपरेकॉर्डर आणि गाणी असतात. हॉटेल्समधून फार तर वाद्यसंगीताच्या रेकॉर्ड्स लावाव्यात.

एक जमाना असा होता, की लग्न-सोहोळ्यात एका कोपऱ्यात सनईही वाजत असे; पण तिचा कधीही उपद्रव झाला नाही. आजचं संगीत हे संगीत नसून गोंगाटच अधिक. असं असूनही 'निसर्गाच्या शांत परिसरात जाऊन राहू या' असं म्हणत आपण टेपरेकॉर्डर सोबत घेतोच.

निसर्ग आणि आपण यातलं नातं हे इतक्या दूरवर गेलेलं आहे. तो टेपरेकॉर्डर स्टेटस सांभाळण्याकरिता, की निसर्गाच्या सानिध्यात संगीताची उंची आणखीनच वाढवण्याकरिता आहे, हे नेमकं कोण सांगेल?

बाऊल जास्तीत जास्त नैसर्गिक आहे आणि तुम्ही-आम्ही समाजाचे घटक झालो आहोत. तुम्ही जितके समाजातले घटक म्हणून ओळखले जाल, तितक्या प्रमाणात तुमचा व्यक्तिगत ठसा पुसला जातो. इतकंच नव्हे, तर तुमच्या अस्तित्त्वाला खूप मोठ्या प्रमाणात बंधन पडतं. हे बंधन समाजामुळंच पडतं. तुमच्या व्यक्तिगत अस्तित्त्वाला अर्थ उरत नाही. शेवटी हा एक खेळ आहे. समाजाचे घटक म्हणून तुम्हांला वावरायचं असेल, तर तुम्हांला समाजानं घातलेले नियम पाळले पाहिजेत. समाजाचे सभासद होताक्षणीच तुम्ही एका कुंपणाचे बळी ठरता. ह्या सामाजिक बंधनातून बाऊल मुक्त आहेत; आणि म्हणूनच त्याचं स्वायत्त व्यक्तिमत्त्व अबाधित आहे.

बाऊल म्हणतो,

'तुम्हांला जर चैतन्य मानवापर्यंत Essential man जायचं असेल, तर सहजतेचा सेतू बांधल्याशिवाय तुम्हांला जाता येणार नाही. कृत्रिम वस्तुंना तिथं अस्तित्त्व नाही. निसर्गानं तुम्हांला ज्या वृत्तीतून घडवलं, ती वृत्ती हीच सहजता.'

बाऊलचं गाणं सहज आहे, असं मी जे म्हणालो, त्याचा अर्थ इतकाच, की त्याचं गाणं, त्याची कविता ही जाणिवेपेक्षा नेणिवेतून जन्माला आली आहे.

सहजतेचं आणखी एक उदाहरण आठवलं, म्हणून सांगावंसं वाटलं. घरातल्या दोन-अडीच वर्षांच्या मुलाशी आपण चेंडूनं खेळत असतो. मुलाकडं बॉल टाकताना शक्यतो बॉल त्याच्या हातात पडेल, अशा पद्धतीनं आपण टाकतो. मुलगा आपल्याकडं बॉल टाकताना त्याच्या हातांची जशी सहज हालचाल होईल, त्याप्रमाणे बॉल टाकतो. सबंध खोलीत तो बॉल कुठंही पडतो. आपण धडपड करत, क्वचित अंगविक्षेप करत तो बॉल पकडतो. आपली ही धावपळ पाहूनसुद्धा मुलगा खदखदून हसतो. आपल्या बॉल टाकण्यात फक्त बॉलच असतो; पण मुलाच्या खेळण्यात त्या बॉलबरोबर आपली जी पळापळ होते, त्याचाही आनंद लपलेला असतो. यालाच सहजता म्हणतात. नैसर्गिकता म्हणतात; आणि त्या खेळण्यापुरता त्या मुलाचा तो धर्म होतो. आपण फक्त बॉलशी खेळतो; पण मुलगा वर्तमानकाळातल्या क्षणांशी खेळतो. आपण घड्याळाकडं पाहतो. तो घड्याळाकडं पाहत नाही. बाऊल समाजातील माणसं गाताना, नाचताना, हसताना, रडताना अत्यंत स्वाभाविक होतात. त्याच्या रुपानं निसर्गच आसमंताशी संवाद करत असतो. या जगावेगळ्या संवादात धर्म शब्द कुठं बसतो?

याच अर्थानं बंडखोर माणूस म्हणतो,

'मी वाट पाहणार नाही. आताचा क्षण माझा आहे. मी त्यात मग्न होईन.'

क्रांतिकारकाची परिभाषा वेगळी असते. तो योग्य वेळेची वाट पाहत राहतो.

'वेळ येईल, तेव्हा मी उठाव करीन' ही त्याची भाषा असते.

बंडखोर माणसाचं म्हणणं इतकंच असतं,

'मला माझ्या पद्धतीनं जगू द्या. मी तुमच्या मार्गात येणार नाही. तुम्ही माझ्यामध्ये येऊ नका.'

बंडखोर माणसाचं मन वास्तवतेत रमतं. बंडखोर शब्द हा फार कडक वाटतो. त्याऐवजी अस्तित्त्ववादी हा शब्द जास्त योग्य आहे. ही सर्व अस्तित्त्ववादी मंडळी म्हणतात,

'आयुष्य लहान आहे, उद्याची खात्री नाही आणि भविष्याची ग्वाही नाही, तेव्हा इतरांशी तात्त्विक भांडणं हवं कशाला? इतरांची समजूत घालण्यात मी वेळ का घालवू? आहे हा क्षण पदरात पाडून घेऊ. त्याचं सोनं करू.'

म्हणूनच तो जगतो. प्रेम करत राहतो आणि आयुष्याचा महोत्सव करतो.

बाऊल मरणाला भीत नाही. तो कोणत्याही क्षणी मरण स्वीकारायला तयार असतो. चैतन्य मानावापलीकडं त्याचं मन कुठंच रमलेलं नसल्यामुळं मरताना त्याला मागं काही सोडून जावं लागत नाही. आपला जीव कितीतरी ठिकाणी गुंतलेला असतो. घर, ऐपत, इस्टेट, नातवंडं अशी किती यादी करावी? मृत्युला जवळ करणं, म्हणजे या सगळ्या परिचित गोष्टींना सोडणं. याचीच भीती मनात बसलेली असते.

आयुष्याचा अर्थ सगळ्या परिचित गोष्टींना सोडणं. याचीच भीती मनात बसलेली असते. आयुष्याच्या अर्थ समजायच्या आत दारावर मरणाची थाप पडते, याचा अर्थ काय?

बाऊल पूर्णार्थानं जगतो. आयुष्यातला एक क्षणसुद्धा त्यानं वाया घालवलेला नाही. त्याची आयुष्याबद्दल तक्रारच नाही. मृत्युचं स्वागत करत तो मृत्युला कवटाळतो. आपल्याला कधीही शांतपणे मरण येत नाही; म्हणून असं मरण येणाऱ्या माणसांना बाऊल म्हणायला हरकत नाही.

मला तर असं वाटतं, बाऊल ही जमात नसून, बाऊल ही एक वृत्ती आहे. ह्यात सहजता आहे. नाकारण्याची प्रवृत्ती नाही. ह्या निळ्या आकाशाखाली जे जे आहे, ते ते सगळं मान्य करण्यात आणि स्वीकारण्यात आहे. मरण हा जीवनाचाच एक भाग असल्यामुळं बाऊल मरणाचंही स्वागत करतो. त्या क्षणीसुद्धा त्याच्या एका हातात एकतारी आणि एका हातात चर्मवाद्य असतं.

तो काही नाकारीत नाही. तुम्ही जर एखादी गोष्ट नाकारलीत, तर त्या गोष्टीच्या मूळ स्रोतापर्यंत तुम्ही कसे पोहोचाल? आयुष्य हे जसं आहे, तसं स्वीकारण्यात अर्थ आहे. याचा अर्थ, जे जे मिळतं, ते तो सगळं स्वीकारतो, अशातला भाग नाही; पण त्याच्याजवळ साध्या स्तरातल्या गोष्टींनाही उच्च स्थानापर्यंत नेण्याचं एक रसायन आहे.

म्हणूनच इथं सेक्सचाही स्वीकार आहे आणि समाधीचासुद्धा. तुमच्या जीवनस्रोतातूनच सर्व गोष्टींचा उगम होतोय्, तर ते नाकारायचं का? त्याला सापडलेल्या रसायनामुळं तो लोखंडाचं सोनं करू शकतो. सेक्सचं समाधीत रुपांतर करू शकतो. इतकंच नव्हे, तर साधंसुधं आयुष्य शाश्वत कसं करायचं आणि वेळेचं रूपांतर काळात कसं करायचं, हेही तो जाणतो. साधंसुधं आयुष्य शाश्वत करण्याचं उपजत स्वातंत्र्य त्याला लाभलेलं आहे.

या सगळ्याकरिता त्याच्याजवळ एकच गुरुकिल्ली आहे. 'प्रेम' हे त्या गुरुकिल्लीचं नाव. सेक्स आणि समाधीमध्ये प्रेमाचा पूल आहे. प्रेमाची विभागणी समाधी आणि सेक्स यांच्यामध्ये सारख्या प्रमाणात झालेली आहे आणि म्हणूनच बाऊल असं म्हणतात, की प्रेमाच्या मार्गानंच माणूस शाश्वत अवस्थेत पोहोचतो.

बाऊल अशिक्षित आहेत, म्हणूनच की काय, तो जास्त पवित्र आहे. नाम के वास्ते उच्चभ्रू ठरलेल्या समाजाप्रमाणे बाऊल लोकांवर कोणतेही संस्कार झालेले नाहीत. ती धरतीची लेकरं आहेत, म्हणून निष्पाप आहेत. जास्त प्रामाणिक आहेत. त्यांच्या संपूर्ण कवितेचं सार Submission is the secret of knowledge असं एका ओळीत सांगता येईल. त्यांचं आणखी एक सांगण्यासारखं वचन म्हणजे–

The taste of lime

rests in the core of the fruit.
and even experts know
of no easy way to reach it
Honey is hidden
within the lotus bloom
But the bee knows it.

ते म्हणतात, प्रेमाचा प्रत्यय प्रेमात पडल्याशिवाय येत नाही. बौद्धिक चर्चा करून प्रेमापर्यंत पोहोचता येणार नाही. त्यांच्या सबंध शिकवणीचा गाभा हाच आहे, की कोणतीही गोष्ट प्रत्यक्ष आचरणात आणल्याशिवाय तिचा अर्थ समजत नाही.

पोहायचं कसं? हे समजून घ्यायचं असेल, तर किनाऱ्यावर उभं राहण्यात काहीच अर्थ नाही. बुडून जाण्याचा धोका पत्करूनच पाण्यात उतरावं लागेल. पोहोण्याचं शास्त्र समजल्याशिवाय मी पाण्यात उतरू कसा? हा प्रश्न तर्कनिष्ठ आहे; पण पोहोण्याची कला अवगत होण्याकरिता पोहोणं माहिती नसतानाही पाण्यात उतरावं लागतं. तीच गोष्ट प्रेमाची; आणि तीच गोष्ट प्रार्थनेची.

इतर अनेक विषय असे आहेत, की जे शिकवल्यानंतर ध्यानात येतात; पण ते सगळे विषय बुद्धीच्या प्रांतातले आहेत. जे शाश्वत आहे ते प्रत्यक्ष जगूनच कळतं आणि जे अस्तित्त्वात आहे, त्याला छेद देऊनच जाणून घेता येतं.

प्रेमात पडण्याकरिता फार धाडस लागतं. कारण ज्या क्षणी तुम्ही प्रेमात पडता, त्या क्षणी तुम्हांला स्वत:ला विसरावं लागतं. प्रेम करणं म्हणजेच अहंकार गळून पडणं, हरवणं. प्रेम करणं म्हणजे दुसऱ्या व्यक्तीला तुमच्यावर अधिकार गाजवण्याची मुभा देणं. शरण जाणं. हा प्रेमाचा एकमेव मार्ग आहे. आपण वेद, पुराण-पोथ्या वाचतो. बायबल, पुराण यांसारख्या ग्रंथांचंही वाचन चालू असतं. या वाचनामुळं तुमची वैचारिक पातळी वाढू शकते. तुम्ही निष्णात होता; पण तिथं शरण गेलंच पाहिजे अशी भूमिका नसते आणि जिथं शरण जाण्याची आवश्यकता नाही, त्याला बाऊल जमातीत ज्ञान मानत नाहीत.

जे समर्पण मागतं, तेच ज्ञान.

असं फक्त ज्ञानाबद्दलच म्हणता येईल का?

आज लाखो मुलं कॉलेजमध्ये जातात, लेक्चर्स ऐकतात. ज्या प्राध्यापकांवर त्यांचं प्रेम नाही, त्यांचे शब्द त्यांच्या कानांवरून जातात; पण एखाद्या प्राध्यापकाबद्दल त्यांच्या मनात नितांत आदर असेल, तर त्यांचे शब्द मनात घर करून राहतात. अशा प्राध्यापकांना 'सायलेन्स प्लीज' असं म्हणावं लागत नाही. त्यांनी वर्गात पाऊल टाकताच मुलं स्वेच्छेनं शांत बसतात. ही शांतता प्रचंड धाक दाखवूनसुद्धा मिळवता येते; पण भीतीपोटी शांत राहणं आणि मनाचा हुंकार म्हणून शांत राहणं

यात किती फरक आहे, हे मी सांगायला नको.

प्रत्येकाच्या घरीसुद्धा याहून वेगळं वातावरण नसतं. मुलांचं आईवर नितांत प्रेम असेल, तर आई जेव्हा दुपारची एक तासाची डुलकी काढते, तेव्हा मुलं न सांगता शांत राहतात. हीच शांतता कडक वृत्तीचा बापही मिळवू शकतो; पण ती धाकाच्या जोरावर. मुलं धाकाखाली आहेत, की प्रेमाखाली आहेत, हे ओळखणं अत्यंत सोपं आहे. आई-वडील बाहेर जात आहेत, म्हटल्यावर ज्या घरातली मुलं हिरमुसली होतात, तिथं प्रेमाचं राज्य आहे; आणि ज्या घरात मुलं आई-वडील बाहेर जाताना त्यांच्या नकळत एकमेकांना टाळ्या देतात, ते राज्य धाक-दडपशाहीच्या आधारानं चाललंय्, असं समजावं. जिथं रक्ताचं नातं आहे, तिथं ही परिस्थिती आहे, मग गुरुशिष्य नात्याबद्दल काय सांगावं?

आपल्या नेहमीच्या वागण्यातसुद्धा हा तरतमभाव डोकावल्याशिवाय राहत नाही. आपण ज्याला फारसं मानत नाही, तो माणूस आणि ज्याच्याबद्दल आपल्या मनात उच्च स्थान आहे, तो माणूस या दोघांच्या आगतस्वागतात आपण तफावत करतोच ना?

याहीपुढं जाऊन आपण आणखी एक गोष्ट करतो. एखादी व्यक्ती आपल्याला विलक्षण भावते. आपण तिला मानायला लागतो. कधीतरी आणखीन एखादी व्यक्ती परिचयाची होते. त्याचे काही विचार ऐकून आपल्याला असं वाटतं, की ह्या दोन माणसांना एकत्र आणलं पाहिजे.

मी अशाच एका मित्राला घेऊन, मी ज्यांना मानतो, त्या बाबूकाकांकडं गेलो, कर्मधर्मसंयोगानं त्याच वेळेला बाबूकाकांकडं अशाच दोन व्यक्ती आल्या होत्या. त्यांपैकी एक वयस्कर गृहस्थाकडं पाहत बाबूकाका म्हणाले,

'परांजपे, तुम्ही याला माझ्याकडं घेऊन आलात. तुमचं ऐकायचं, म्हणून हा आलाय्, की मनापासून आलाय्? हे मला समजल्याशिवाय मी याला नेमकं काय सांगू?'

परांजपे म्हणाले,

'आता तो इथं आला आहे, ही तर तुमच्याच म्हणण्याप्रमाणे वास्तवता झाली. आणखीन याच्यापुढची अवस्था आवश्यक आहे का?'

बाबूकाका म्हणाले,

'आपणहून येणं आणि कुणीतरी आणणं यात जमीन-अस्मानाचा फरक आहे. समोरचा माणूस समर्पित होऊन आला, तर त्याच्यामध्ये आणि माझ्यामध्ये एक वेगळं विश्व निर्माण होतं, ज्याला 'हार्ट टु हार्ट' संवाद म्हणतात, तो घडतो. त्या वेळेला माझं बोलणं ऐकताना त्यात अनुकंपा, प्रेम, आदराची भावना आणि त्याहीपेक्षा मन:पूर्वक स्वागत असतं. मग बोललेला शब्द हा शब्द राहत नाही. ते

जगणं होतं.'
ऐकणाऱ्याच्या स्वागतामुळंच ते शब्द जिवंत होतात.
'शब्द हे नुसतेच शब्द न राहता समोरच्या माणसात त्यामुळं परिवर्तन होतं, अशा वेळी माझे फक्त शब्दच त्याच्यापर्यंत पोहोचत नाहीत, तर त्यातला गंध आणि गर्भितार्थही पोहोचतो. ही प्रक्रिया जर घडली नाही तर ऐकणारा माणूस परग्रहावर गेल्यासारखा वाटतो. कदाचित माझं ज्ञान माहितीच्या स्वरुपात त्याच्यापर्यंत पोहोचेल, त्यामुळं तो संपन्न होणार नाही. तुम्ही श्रद्धा ठेवून निकट आलात, तर तुमची वाढ होईल, तुम्ही स्फटिकासारखे लख्ख व्हाल, एवढा फरक आहे.'
परांजप्यांनी विचारलं,
'सरेन्डर व्हायचं, म्हणजे काय करायचं?'
बाबूकाका म्हणाले,
'अहंकार सोडायचा, बुद्धी विसरायची, चातुर्याला तिलांजली द्यायची. समर्पण एका अर्थानं आत्महत्या आहे. जो माणूस भूतकाळ विसरला, त्याला आपण संन्यासी म्हणतो. संन्यास घेऊनसुद्धा काही माणसं भूतकाळाचं ओझं घेऊन वावरतात. झुकल्यासारखी वाटतात; पण तशी ती नसतात. ती माझ्याकडं येतात. माझं बोलणं ऐकतात. जे प्रेमानं ऐकतात, त्यांना अर्थ समजतो. जे सौजन्यानं ऐकतात, त्यांना शब्द कळतो.'
आम्ही बाबूकाकांकडून निघालो, माझा मित्र जसा होता, तसाच राहिला. अशा वेळी आपली फार पंचाईत होते. आपण ज्यांना मानतो, त्यांचा परिणाम तर होत नाहीच, पण एक जास्तीचं शल्य म्हणजे, आपण ज्या मित्राला घेऊन जातो, तो आपल्याकडं 'हा कोणत्याही माणसाच्या नादी लागतो', अशा नजरेनं पाहतो.
बाबूकाकांच्या बाबतीत जसं हे घडू शकतं, तसंच प्रेमाबद्दलसुद्धा. बाबूकाका ही व्यक्ती इथं प्रतीकात्मक रूपानं घेतलेली आहे. कोणा एका ठराविक व्यक्तीबद्दल मी बोलत नाही. मधल्या माणसाची जी अवस्था होते, त्या अवस्थेचं वर्णन करण्यापुरतेच बाबूकाका.
याहीपेक्षा जास्त कुचंबणा किंवा दिशाभूल प्रेमाच्या बाबतीत होते. खरंखुरं प्रेम कितीजणांना समजलंय्? ते जर खऱ्या अर्थानं समजलेलं असेल, तर घटस्फोटांची संख्या वाढत्या प्रमाणात का? प्रेमाबद्दल अनभिज्ञ असलेली काही माणसं मी पाहिली आहेत. चित्रपटांतून काही शिकायला मिळेल का याचा ते उपद्व्याप करतात. विकृत विचारांची माणसं पोर्नोग्राफीवरची पुस्तकं वाचतात. काही कथा-कादंबऱ्यांच्या मागं लागतात. काही जण संधी मिळाल्यावर दुसऱ्यांची प्रेमपत्रं वाचतात. हे सगळे धोक्याचे मार्ग आहेत. तुम्हांला प्रेमाबद्दलची माहिती समजेल, तीही विकृत. प्रेम समजणं आणि प्रेमात पडणं ह्यांत खूप फरक आहे. प्रेमाबद्दलची

माहिती गोळा करून तुम्ही फार तर प्रेमात पडाल; पण प्रेमाची आणि तुमची गट्टी होणार नाही.

चित्रपट-व्यवसायात असलेल्या नट-नट्यांची लग्नं का फिसकटतात? त्यांच्या वैयक्तिक जीवनात ते बहुतेकजण यशस्वी का होत नाहीत? मर्लिन मनरोसारख्या जगद्विख्यात सौंदर्यसम्राज्ञीलासुद्धा आत्महत्या करावी लागली. ती कीर्तिशिखरावर होती. असं म्हणतात, की प्रेसिडेंट केनेडीसुद्धा तिच्या प्रेमात होते; पण तिचं वैयक्तिक आयुष्य रिक्त होतं. कीर्तिशिखरावर असतानासुद्धा तिला मरण जवळ करावंसं वाटलं.

यात नेमकं काय होतं? नट आणि नट्या लग्न झाल्यावर एकमेकांच्या सहवासाला इतकी का विटतात? प्रेमाचा अभिनय करून करून ती खऱ्या प्रेमापर्यंत पोहोचतच नाहीत. पडद्यावरचं प्रेम ठीक आहे. संसारात पडद्यावरच्या प्रेमाचा काहीही उपयोग नाही. पडद्यावरच्या प्रेमात कोणतीही गुंतवणूक नसते. म्हणूनच त्यांचं वैयक्तिक जीवन सुनं सुनं असतं.

प्रेम केल्यानंच प्रेम समजतं. त्यालाच धैर्य लागतं. कारण तो तुमचा अंधारातला प्रवास असतो. इथंही नकाशा नाही. मार्ग दाखवायला कोणी नाही. योग्य ट्रॅक सापडेल, याची शाश्वती नाही. तुमची प्रेमाची पाऊलवाट हमरस्त्याला मिळणार आहे, की तुम्ही कायमचे हरवणार आहात, याबद्दल संपूर्ण अज्ञान असतं.

प्रेम ही एक क्षुद्र वस्तू नव्हे. ती पराकोटीची संपन्न आहे. ती एखाद्या हिऱ्यासारखी असते. त्या हिऱ्याला किती पैलू आहेत, हे मोजता येत नाही. आणि प्रत्येक पैलूत संपन्नतेचं विश्व आहे. एखादा मर्मज्ञ माणूसच प्रेमात आकंठ बुडालेला असतो. तोच फक्त प्रेमासाठी लागणारं धारिष्ट, त्यातला धोका, त्यातला रस– असे जितके गंध आहेत, ते जाणू शकतो.

इंग्रजी भाषेतील 'लव्ह' या शब्दाला अत्यंत मर्यादित अर्थ आहे. इंग्रजी माणूस बायकोवर प्रेम करताना प्रेमच म्हणतो, तोच शब्द आईसाठी, देशासाठी, मुलासाठी आवडत्या सिगारेटसाठी आणि दाराशी उभ्या राहिलेल्या गाडीसाठीही प्रेम हाच शब्द वापरतो. आपलं आपल्या मुलावरचं जे प्रेम असतं, त्यात वात्सल्य असतं. प्रेम हा शब्द त्याच अर्थानं तुम्ही पत्नीबद्दल वापरत नाही. आपलं आईवरचं प्रेम हे आदरयुक्त असतं. तुम्ही मित्रावरती करता, ते प्रेम वेगळं असतं. आपण खूप बारकाईनं अभ्यास केला, तर प्रेमातले हे सूक्ष्म भेद ज्याचे त्यालाच कमी-अधिक प्रमाणात समजतील. इथंसुद्धा दोन माणसं प्रेमातल्या सूक्ष्म भेदाबद्दल चर्चा करू शकणार नाहीत. म्हणूनच बाऊल म्हणतो :

Only a connoisseur
of the flavours of love

can comprehend

the language of lover's heart

Others have no clue

हा जो कॉनोझियर (मर्मज्ञ) आहे, तो बंद डोळ्यांनीसुद्धा शेकहॅन्ड करताना त्यातला कोरडेपणा किंवा ममत्त्व जाणून घेऊ शकतो.

प्रेमाच्या मार्गावर श्रद्धा, ही अत्यंत महत्त्वपूर्ण गोष्ट आहे. ध्यानधारणेच्या मार्गावर तुमची फारशी श्रद्धा नसेल, तर विशेष काही बिघडत नाही. पण प्रेमाच्या मार्गावर समर्पण नसेल, श्रद्धा नसेल, तर त्या प्रेमात काहीच अर्थ नाही. कारण प्रेम हे एका वेगळ्या अनुभूतीचं पहिलं दार आहे. प्रेमाच्या मागण्या अत्यंत विचित्र असतात. कधी कधी अशक्य असतात आणि त्या पहिल्याच पायरीवर सुरू होतात. या मागण्या पाहूनच प्रेमाची पाऊलवाट हिरवळीतून जात असली, तरीसुद्धा फार थोडी माणसं त्या वाटेनं जातात. ध्यानधारणेच्या मार्गावरच्या शेवटच्या पायरीवर ज्या मागण्या असतात, त्या मागण्या प्रेमपथावर पहिल्याच पायरीवर केल्या जातात.

ध्यानधारणा करणाऱ्या माणसाला अहंकाराचा भाव शेवटच्या पायरीवर सोडावा लागतो. तो ज्या वेळेला सविकल्प समाधीमधून निर्विकल्प समाधीची वाटचाल करू लागतो, तेवहा त्या शेवटच्या पायरीवर अहंकार सोडावा लागतो. या मार्गात तो प्रथम मन:शुद्धीच्या मागं लागतो. त्यानंतर तो अहंकाराच्या शुद्धतेच्या मागं लागतो. हा प्रवास अत्यंत स्थूल अवस्थेतून सूक्ष्माकडं जातो. शेवटी जे काही पावलांचे पुसट ठसे उमटतात, ते त्याला स्वच्छ करावे लागतात.

प्रेम या सगळ्या मागण्या पहिल्या पायरीवरच करतं. प्रेम म्हणतं, 'मन शुद्ध करायची आवश्यकता नाही, अहंकारसुद्धा घासून-पुसून लख्ख करण्याची आवश्यकता नाही. या दोन्ही गोष्टी सोडायच्याच आहेत, मग शुद्धतेचा खटाटोप कशासाठी?'

श्रद्धेचा प्रवास साधनेच्या शेवटच्या टप्प्यात होतो. मुक्कामाचं ठिकाण जवळजवळ येऊ लागतं. तुम्हांला स्वत:चं शाश्वत निवासस्थान दिसू लागतं. स्वागताकरिता दरवाजे उघडले जातात त्या स्थितीत केलेला प्रवास यथार्थ होता, ह्यावर श्रद्धा बसते. तुम्ही समाधानानं 'पोहोचलो' असं म्हणून शांत होता.

याउलट प्रेम. पहिल्याच पायरीवर श्रद्धेची मागणी केली जाते. श्रद्धेची ही पहिली मागणी ही साधनेच्या मार्गातील शेवटची पायरी असते. तुमच्या अंगात धैर्य असेल, तर तुम्ही प्रेमपथिक व्हाल. त्यासाठी ज्याला 'डेअर डेव्हिल' म्हणतात, तसंच व्हावं लागतं. झपाटलेल्या अवस्थेतच कोणतीही अट मान्य केली जाते. एका अर्थानं हा मार्ग अत्यंत सोपा आहे. कारण पहिल्याच पायरीवर अहंकारापासून अडचणीत आणणाऱ्या सर्व गोष्टी आपण सोडलेल्या असतात. आपोआपच ही पहिली पायरी साधनेतील शेवटची पायरी असते. पहिल्याच पायरीवर तुम्ही समर्पित होता आणि

एका क्षणात किंवा क्षणाचाही अवधी न गाठता तुम्ही मुक्काम गाठता. साधनेच्या मार्गात जी मंडळी मुक्कामावर पोहोचली आहेत, त्यांच्याजवळ अफाट बौद्धिक ज्ञान आहे, एकाग्रता आहे. अशा माणसांना प्रेमाच्या प्रांतातलं काहीही कळणार नाही, त्यांना ती भाषाच अवगत नाही.

The taste of lime

rests in the core of the fruit,

and even experts know

of no easy way

to reach it

बाऊल याच प्रेमाबद्दल बोलतात. बोलतात म्हणण्यापेक्षा गातात, नृत्य करतात. ते मानतात, की अंत:करणाच्या गाभ्यात हेच प्रेम वस्तीला आहे. तुम्ही फक्त गाभ्यापर्यंत पोहोचण्याचा मार्ग शोधायचा आहे. तिथंच चैतन्य मानव आहे. प्रयत्न करून चैतन्य मानव मिळवायचा आहे, अशी अवस्थाच नाही. ती मिळवण्याची गोष्ट नाही. परमेश्वरानं कधीच तुम्हांला ती देणगी दिलेली आहे. तुम्ही जन्माला येता क्षणी या संपत्तीबरोबर त्यानं तुम्हांला इथं पाठवलं आहे. समजा, तुम्हांला प्रेमहीन आयुष्य जगावं लागलं, तर? श्वासोच्छ्वासाशिवाय तुम्ही एखाद्याला जगताना पाहिलं आहे का? नाही.

त्याचप्रमाणे प्रेम हा आत्म्याचा श्वास आहे. बाऊल हेच म्हणतात. इतकंच नव्हे, त्यांची अशी धारणा आहे, की तुम्हांला माहीत असो वा नसो, प्रेमाचं वास्तव्य सातत्यानं तुमच्या अंत:करणात आहे. तो तुमच्या काळजाचा ठोका आहे. फक्त तुम्हांला त्याची माहिती नाही. कारण जो आनंद तुम्हांला बाहेर मिळणार नाही, त्याच्याच शोधात तुम्ही भटकत आहात; आणि जो आनंद तुमच्या स्वत:च्या मालकीचा होणार नाही, त्याचाच तुम्ही ध्यास घेतला आहे.

बाऊल एखाद्या भिकाऱ्याप्रमाणे राहतो; पण त्याचं हे राहणं निव्वळ प्रतीकात्मक आहे, तो म्हणतो,

'मी कुठल्याही खजिन्याचा शोध घेत नाहीए. माझं माझ्याजवळ पुष्कळ आहे. जे आहे, ते विपुल आहे. मी जन्मानंच सम्राट आहे. माझं राज्य माझ्याजवळ आहे.'

तो भिकाऱ्यासारखा राहत असला, तरी तुमच्या शेजारून जाताना एखाद्या सम्राटाप्रमाणे जाईल. त्याला इतर कोणत्याही गोष्टीमध्ये स्वारस्य नाही. त्याला अँक्झायटी नाही, तशीच त्याला कोणती चिंताही नाही. मोजमाप नसलेल्या एका प्रचंड दालनात तो अत्यंत रुबाबात राहतो. जवळ काही नसलेला हा संपन्न माणूस. त्याच्या म्हणण्याप्रमाणे आयुष्य, मन आणि डोळे हे जेव्हा एकरूप होतात, तेव्हा चैतन्य मानवाची भेट होते. अंत:करणात कोणतंही काहूर घेतल्याशिवाय बाऊल जगत असतो. जगण्याची हीच

रास्त पद्धत त्यानं मानल्यामुळं त्याचा कुणाशीही संघर्ष नाही. तो अत्यंत उत्स्फूर्त आहे. म्हणूनच नैसर्गिक आहे. मन, आयुष्य आणि डोळे यांचा एकच षड्ज लागेल, तेव्हा अगदी साध्या डोळ्यांनीही तुम्ही त्या आकारहीन आकृतीला बघू शकाल. अर्थात आयुष्य, मन आणि डोळे असे जरी तीन विभाग केलेले असले, तरीसुद्धा गाभ्यात प्रेम हवं. बाऊल प्रेमाव्यतिरिक्त आणखीन कोणतीही अवस्था मानीत नाही. इथून पुढं त्याला बाऊल म्हणण्यापेक्षा प्रेममयी म्हणावं. त्या विराट शक्तीएवढं शुद्ध आणि पवित्र असं काही मानायचं असेल, तर ते प्रेमच आहे. प्रेमातूनच आपला जन्म होतो; आणि म्हणूनच प्रेमाची भाषा आपण आपल्याबरोबरच आणतो. संशय, मत्सर, द्वेष हे समाजाकडून शिकतो.

प्रेम ही शिकवण्याची भाषा नाही, ते घडतं. अंड्यामध्ये पिल्लाची वाढ झाली, म्हणजे तेच आतून अंड्याच्या कवचाला चोच मारतं. यालाच 'इंटर्नल प्रोसेस्' म्हणावं. प्रेमसुद्धा तुम्हांला असं आतूनच चोच मारीत असलं पाहिजे, इतकं ते नैसर्गिक आहे. या संदर्भात सॉलोमनची हकीगत ऐकण्यासारखी आहे.

सॉलोमन हा अत्यंत विद्वान आणि चतुर समजला गेलेला गृहस्थ. त्या राज्यातील सम्राज्ञीनं सॉलोमनची कीर्ती ऐकली. तिनं त्याला आपल्या दरबारात पाचारण केलं. दरबाराच्या दारं-खिडक्या बंद करण्यात आल्या. सम्राज्ञीच्या सिंहासनापासून सॉलोमन पन्नास-साठ फुटांवर उभा होता. सम्राज्ञीच्या दोन्ही हातात हुबेहुब एकासारखी एक दिसणारी दोन गुलाबाची फुलं होती.

सम्राज्ञीनं सॉलोमनला विचारलं,

'या फुलांना स्पर्श न करता इतक्या अंतरावरून तू खरं फूल कुठलं आणि कृत्रिम कुठलं, हे ओळखशील का?'

कमरेत नम्रपणे झुकून सॉलोमन म्हणाला,

'इथली दारं-खिडक्या उघडा; मग शक्य होईल.'

त्याप्रमाणं दारं-खिडक्या उघडण्यात आल्या. पडदे दूर सारले गेले. सॉलोमन त्या फुलांकडं दहा मिनिटं पाहत उभा राहिला आणि नंतर तो म्हणाला,

'उजव्या हातातलं फूल खरं आहे!'

सॉलोमनच्या विद्वत्तेची सम्राज्ञीला खात्री पटली.

साहजिकच तिनं 'तू हे कसं ओळखलंस?' हा प्रश्न विचारला.

सॉलोमन म्हणाला,

'उजव्या हातातल्या फुलावर एक छोटीशी मधमाशी येऊन बसली, त्यावरून मी ओळखलं. खरा सुगंध नैसर्गिक फुलातच असतो. निसर्ग माणसाला फसवू शकेल, पण मधमाशीला फसवू शकणार नाही.'

जिथं प्रेम आहे, तिथं प्रेमिक अचूक पोहोचतो. म्हणूनच म्हटलंय्, 'आयुष्य, मन आणि डोळे यांचा एकच षड्ज असला, तरीसुद्धा गाभ्यामध्ये प्रेम हवं आणि जे ज्ञान समर्पण शिकवत नाही, ते ज्ञानच नाही.'
बाऊल अशिक्षित आहेत, म्हणूनच ते प्रेम करू शकतात.

■

मी तो केवळ भारवाही!

ओशोंचं वाङ्मय वाचताना एक अवर्णनीय आनंद वाटतो; आणि त्याच वेळेला स्वत:ची लाजही वाटते. केवळ अठ्ठावन्न वर्षांच्या कारकीर्दीत माणूस किती विचारसंपन्न होतो, या विचारानं स्वत:कडं नजर वळते. मी ओशोंना पाहिलेलं नाही. त्यांना मी ऐकलं– तेही कॅसेटच्या माध्यमातून. ज्यांना त्यांचा सहवास घडला आहे, ती माणसं अत्यंत भाग्यवान. सहवासात राहिलेल्या माणसांना न्यूनगंडानं पछाडलं नसेल का? त्यांना त्यांच्या व्यक्तिमत्त्वाबद्दल एक तर गूढ वाटत असेल किंवा ते आश्चर्यचकित होऊन मूकस्तंभ होत असतील.

मनामध्ये हे विचार चालू असताना माझ्यासारख्याच एका सामान्य माणसानं एक प्रश्न विचारला,

'तुमच्या सान्निध्यात मी अनेक वर्षं आहे, त्याबाबतीत मी भाग्यवान आहे, पण एकीकडं कुठंतरी मनाची अवस्था 'ऑफुल' होते. त्यावर इलाज काय?'

'ऑफुल' म्हणजे 'आदरयुक्त भीती.'

ओशो म्हणाले,

'ही नैसर्गिक प्रतिक्रिया आहे. ही प्रतिक्रया व्यक्तिनिष्ठ आहे. तुम्हांला ऑफुल वाटतं, याचा अर्थ प्रत्येकालाच तसं वाटत असेल, असं नाही. तुम्ही त्याबाबतीत भाग्यवान आहात.'

नुसतंच घाबरणं वेगळं आणि 'आदरापायी भीती वाटणं' हे वेगळं. ऑफुल वाटणं ह्यातूनच माणूस कृतीशील होतो. घाबरलेला माणूस. समोरच्या माणसाची साधना बघून, 'हा प्रांत आपला नव्हे', असं म्हणून शांत राहतो. ऑफुल माणूस धार्मिक होतो. तो धार्मिकच होईल, अशातला भाग नाही. दैनंदिन व्यवहारात गुंतलेला माणूस व्यावहारिक पातळीवरच 'ऑफुल' अवस्थेमधून मुक्त होण्याचा प्रयत्न करील.

एखाद्याला ड्रायव्हिंग येतं. दुसऱ्याला ते जमत नाही. आदरयुक्त भीती असेल, तर

तो सरळ ड्रायव्हिंग स्कूलमध्ये जाईल. ड्रायव्हिंग शिकून घेईल. तसं झालं, तर स्वत:ला वाटणारं भय आणि दुसऱ्याबद्दल वाटणारं आश्चर्य– म्हणजेच ऑफुल परिस्थितीतून तो मुक्त होईल. अध्यात्माच्या प्रांतामध्ये थोडी वेगळी अवस्था होते. एक दैवी भावनेचं अस्तित्त्व तुम्हांला वेढून टाकतं. भयचकित झालेली नजर परमेश्वरी अस्तित्त्व नाकारूच शकत नाही. आदरयुक्त भीती या अवस्थेत 'एक विलक्षण दैवी शक्ती' ह्यावर तुमचा विश्वास बसतो, बसायला हवा. त्या अवस्थेत काळ आणि वेळ उरत नाही. तुमची विचारशक्ती कुंठित होते. तुम्हांला नेमकेपणानं कुठंच बोट ठेवता येणार नाही. असा अनुभव ह्यापूर्वी जर कधी घेतला नसेल, तर ती नक्की अद्‌भुत शक्ती आहे, असं मानायला हरकत नाही.
कधी कधी असंही होतं, काहीही बिघडलं नसताना सर्व ठाकठीक असताना मनात कोणतंतरी काहूर असतं. अशांती, अस्वस्थता, विमनस्कता, कसलं तरी काहूर आणि हुरहूर, काहीतरी गमावल्याची भावना किंवा काहीतरी गमावल्याची चुटपूट असं वाटत राहतं. संगीताचे सूर मनात झिरपत नाहीत. गप्पागोष्टींत मन हरवत नाही. आपल्याला जे काही हवंय्, ते हे नव्हे, असं वाटत राहतं. माझ्या बाबतीत अशी अवस्था दिवसेंदिवस राहते. पंचेंद्रियांना जाणवणारं जे काही आपल्या अवतीभोवती घडतंय्, ते आपल्यासाठी नाहीच, या विचारांनी मी हतबल होतो. काय शोधायचं? हा प्रश्न पडतो. आनंदापेक्षाही शांती महत्त्वाची वाटते. हीच दैवी भावना असेल का? असा प्रश्न 'बिलव्हेड्' वाचून होईपर्यंत छळत होता. ही जर दैवी भावना असेल, तर मला चोवीस तास या अवस्थेत राहावंसं वाटेल. अर्थात तशी भावना निर्माण होण्याकरिता कठोर साधना हवी.
आम्ही साध्या साध्या प्रसंगानंच गोंधळात पडतो.
दाराशी तीन-चार गाड्या आहेत, अशा धनाढ्य माणसाच्या घरी असलेल्या मंगलकार्याचं आपल्याला आमंत्रण आलं, तर ते आमंत्रण स्वीकारल्यावर काय वाटतं? हे तुम्ही अनुभवलेलं असेल. जास्तीत जास्त चांगले कपडे घालून गेल्यावरसुद्धा त्या मेळाव्यात आपण गोंधळलेले असतो. तिथल्या बुफे पार्टीत सामील झाल्यावर आवडता पदार्थ मनसोक्त खाता येत नाही, हीच अवनत अवस्था. हे मी अगदी साधं व्यवहारातलं उदाहरण दिलं.
धार्मिक प्रांतातली गोष्ट थोडी वेगळी आहे. तरीसुद्धा इथं परमेश्वराचा उल्लेख करण्याचं कारण नाही. एखादा ज्ञानी माणूस, जाणकार व्यक्ती किंवा आपल्यापेक्षा जास्त कर्तृत्ववान व्यक्तिमत्त्व सामोरं आलं, तर हीच अवस्था होते. ती व्यक्ती जर आपल्याच वयाची असेल, तर आपल्याइतकीच वर्षं तीही जगली असेल, तरीही ती जास्त प्रगल्भ आहे, याची जाणीव आपल्याला होते. आपल्याला दिङ्‌मूढ व्हायला होतं. आपलं मन सैरभैर अवस्थेनं व्यथित होतं. साध्या कर्तृत्ववान व्यक्तीच्या

प्रगल्भतेमुळं आपल्या मनाची अशी अवस्था होते, तर मग त्याहीपेक्षा वरच्या पातळीवरची आध्यात्मिक शक्ती लाभलेली व्यक्ती लाभली, तर काय होईल?

माणूस अवनत अवस्थेला घाबरतो. कोण्या एके काळी 'ऑफुल' म्हणजे 'भयानक' हा धार्मिक शब्द होता. तो पवित्र मानला जात होता. भयानक म्हणजे आदरयुक्त भीती. आता आपण नेहमीपेक्षा वेगळं काहीतरी, चमत्कारिक वाटू लागलं, म्हणजे ऑफुल हा शब्द वापरतो.

बदलत्या काळानुसार शब्दातलं शब्दपणसुद्धा अस्तंगत होत जातं. ज्या वेळेला साधक प्रार्थनेच्या अवस्थेत स्वत:चं अस्तित्त्व विसरत असे, त्या वेळी तो स्वत:ला भाग्यवान मानत असे. त्या अफाट शक्तीचं आकलन झालं, म्हणजेसुद्धा त्याला भयचकित वाटत असावं; आणि आजकाल आपण, एखाद्याची मन:स्थिती थाऱ्यावर नसेल, त्याला 'टेरिबल-हॉरिबल' असं काहीसं वाटू लागलं, तरीसुद्धा 'ऑफुल' हा शब्द वापरतो. ऑफुल हा शब्द खऱ्या अर्थानं अस्तंगतच झाला आहे.

अर्थात असं व्हायलाही काही कारणं आहेत. भयानक अवस्थेतसुद्धा एक आदराचा अंश असतो, हे स्वाभाविकही आहे. आपण जेव्हा अनभिज्ञ, अपरिचित, अनोळखी आणि गूढ अशा परिस्थितीमध्ये सापडतो, तेव्हा भयभीतच होतो. कारण त्या परिस्थितीवर आपण हुकुमत गाजवू शकत नाही, तिला मुरड घालू शकत नाही. तिच्यावर मालकी सांगू शकत नाही. आपल्यापेक्षा अतिभव्य, विराट अशा अवस्थेनं आपल्याला घेरलं, म्हणजे आपण हरवतो, पराभूत होतो. त्याचक्षणी आपण भयभीत होतो.

साधं व्यवहारातलं उदाहरण घेऊ. पुण्या-मुंबईची माणसं जेव्हा रिक्षानं प्रवास करतात, तेव्हा पैसे देण्यापूर्वी भाडं किती झालंय्? हे तपासण्याकरिता 'टॅरिफ कार्ड' मागून घेतात. रिक्षावाल्यानं आठ आणे, रुपयापर्यंत हमखास जास्त आकडा सांगितलेला असतो. पण आपण परक्या गावी गेल्यावर 'टॅरिफ कार्ड' मागण्याचा प्रश्नच येत नाही. दिल्लीसारख्या शहरातसुद्धा रिक्षाला मीटर असूनही ते वापरलं जात नाही. तो सांगेल, ते भाडं देण्याशिवाय पर्याय नसतो. आश्चर्यचकित होण्यापलीकडं आपल्या हातांत काहीही नसतं. वादावादी करावी, तर आपण परक्या गावात असतो. त्या अनोळखी गावाची आपल्याला दहशत वाटते. रोजचं आयुष्य जगताना जर अशी परिस्थिती उद्भवत असेल, तर पारमार्थिक प्रांतात काय होत असेल?

आणखीन एक उदाहरण घ्यायचं झालं, तर डॉक्टर आणि वकील यांच्याबाबतीतही हेच होतं. वैद्यकीय ज्ञानापुढं आपण आश्चर्यचकित होतो, तर वकिलासमोर भयचकित होतो. वकिलाच्या बाबतीत आदरयुक्त भीती असते. भीतीचा अंश जास्त असतो. स्वत:च्या आशिलाशीही त्याचं वागणं सरळ नसतं. वरचेवर तारखा पडत गेल्या,

म्हणजे काळजीच वाटते. आणखीन किती पैसे घालवावे लागणार ह्याची चिंता वाटते. खटला कोणत्या टप्प्यापर्यंत आलाय्, ह्याचा उलगडा होत नाही.

डॉक्टरांबद्दल आदरच असतो. आपली अवस्था सुधारणार आहे, ह्याचा विश्वास असतो. लवकर गुण आला नाही, तर दुसऱ्या डॉक्टरांचा सल्ला घेता येतो. वकिलाच्या तावडीत दुर्दैवानं तुम्ही सापडलात, तर त्याच्याकडं तुम्ही गहाणाच पडता. आर्थिक परिस्थितीवरून तुम्हांला किती कापायचं, हे तो ठरवतो.

परमेश्वराच्या बाबतीत फार वेगळी अवस्था असते. तो आहे, की नाही, इथूनच प्रारंभ होतो. सगळ्या धर्मांनी परमेश्वराबद्दल दोन शब्द वापरले आहेत, गूढ आणि भयप्रद. आकलन होत नाही, म्हणून गूढ शब्द; आणि त्याच्या विराटतेचं दर्शन होतं, म्हणून भयप्रद हा शब्द. तो गूढ आहे, कारण तो कधी सुटत नाही; आणि तो इतका विराट आहे, की तो कधी आपल्या आवाक्यात येत नाही. ह्या दोन अवस्थांपैकी पहिल्या संकल्पनेवरच भर द्यायला हवा.

भयप्रद म्हटलं, म्हणजे माणूस त्यापासून लांब पळतो. अशी अवस्था दुसऱ्या माणसाबद्दलसुद्धा होते. शाळेत असताना एखादे मास्तर तापट आहेत, म्हटलं, म्हणजे वर्गात आपोआप शांतता पसरते. हेच कॉलेजमध्ये आणि नंतर नोकरीतसुद्धा अनुभवायला मिळतं. असं झालं, की त्या माणसाबरोबर संवाद होत नाही. तो कायम अंतरावरच राहतो. परमेश्वराच्या संदर्भात जर दहशतीची भावना जास्त असेल, तर आपण भक्तिमार्गाच्या वाटेला जाणार नाही. परमेश्वराची तसबीर घरात लावतानाही विचार करू. अशा तऱ्हेनं आपणच त्याच्या देऊळाचे दरवाजे कायम बंद करतो. एवढ्यासाठीच सकारात्मक भूमिकेवर जास्त जोर दिला पाहिजे. काही ना काही गूढ आहे म्हटलं म्हणजे माणूस ते गूढ सोडवायच्या मागं लागतो. एखादं घर भुतानं झपाटलेलं आहे, असं कळलं, तरीसुद्धा त्याची प्रचीती येते, की नाही, हे पाहण्याकरिता माणसं त्याच्या मागं लागतात ह्यात थोडासा अहंकाराचा भाग असावा. आपण एवढे हुशार समजले जातो, मग गूढ शक्तीचा आपल्याला प्रत्यय येत नाही, म्हणजे काय? अशा अहंकारानं माणूस त्याच्यामागं धावतो; आणि त्यात तो यशस्वीसुद्धा होतो. इथं त्यानं कशाचं वेड घेतलं आहे, हे गौण आहे. विश्वाचं रहस्य जाणून घेण्याची जिज्ञासा माणसाला हवीच.

एखादी गोष्ट भयप्रद आहे, असं म्हटलं, की त्या गोष्टीचा पाठलाग संपला. ह्याचसाठी सकारात्मक दृष्टिकोनावर जास्त भर दिला पाहिजे. आपण त्याला आपल्या मर्जीप्रमाणे वळवू शकत नाही, ह्याचं भान ठेवायला हवं. त्याला मान्यता द्यावी. नतमस्तक व्हावं आणि समर्पित होऊन शरण जावं, इतकं आपल्याला नक्की करता येईल. आपणच आपल्याला नगण्य मानतो, खरं तर, त्याबद्दल आपण कृतज्ञ राहावं, हेच धोरण आपण माणसांच्या बाबतीतसुद्धा ठेवावं. किंबहुना नेहमीच्या

व्यवहारात ते जास्त आवश्यक आहे. पारमार्थिक जगाची ओळख होईल, की नाही? हे कोण सांगू शकेल?

आपण तर 'तो आपला प्रांत नाही', असं म्हणून सोडूनच देतो. रोजच्या जगण्यात, व्यवहार करण्यातच ह्याचा उपयोग होतो; पण तिथंसुद्धा आपल्याला भीती वाटते. अगदी लहानपणापासून आपल्याला नकळत आपली अशीच जडणघडण होत असते. वर्गात जो मुलगा पहिला येतो, त्याच्याशी मैत्री करण्याऐवजी आपल्यातला न्यूनगंड त्याला आपल्यापासून अंतरावर ठेवतो. वरच्या शक्तीच्या संदर्भात आपण कृतज्ञ राहावं, त्याऐवजी आपण भयभीत होतो, हाच अडसर आहे. त्यामुळं आपण ती नगण्य अवस्था हळूहळू पचनी पाडतो. तसं झालं, म्हणजे परमेश्वराचे दरवाजे आपोआप बंद होतात.

आपण जेव्हा आश्चर्यचकित होतो, तेव्हा त्यातलं रहस्य शोधण्याचा प्रयत्न करतो. आयुष्य हे जादूच्या खेळासारखं आहे. एखादा जादूगार हातातल्या हातात तुमच्यासमोर त्याच्या हातातला रुपया नाहीसा करतो किंवा एका रुपयाचे दोन रुपये करून दाखवितो. खरं तर, कोणताही जादूगार आहे ते नष्ट करू शकत नाही आणि जे नाही, ते निर्माण करू शकत नाही, हे माहीत असूनसुद्धा आपले डोळे जादूने दिपून जातात. पण हे कसं झालं? याचं रहस्य समजलं, म्हणजे तुमचं आश्चर्य संपलं. आश्चर्य संपलं, की आनंद संपतो. त्याचप्रमाणे आयुष्याचं रहस्य उलगडलं, म्हणजे आनंद संपला. आश्चर्यचकित अवस्था तुमच्यासमोर प्रश्नमाला निर्माण करते. त्या प्रश्नमालेशी तुमचा सामना सुरू होतो. ह्याचाच अर्थ तत्त्वज्ञान आणि आश्चर्य यात युद्ध सुरू होतं.

मुळातच तत्त्वज्ञानाचं प्रयोजन काय?

विश्वामधील जी जी गूढ तत्त्वं आहेत, सामान्य मनाला जी आकलन होत नाहीत, त्यामागचं रहस्य शोधण्याकरिता तत्त्वज्ञानाचा जन्म होतो. आश्चर्य जाणून घेण्याकरिता तत्त्वज्ञान जे जे प्रयत्न करतं, ते ते प्रयत्न म्हणजे एक एक युद्ध आहे. आश्चर्याचा पराभव झाला, म्हणजे त्याच्या निर्मितीचं कार्य संपलं.

'पृथ्वी गोल आहे, सूर्य स्थिर असून पृथ्वी सूर्याभोवती फिरते', असा विचार मांडणाऱ्या शास्त्रज्ञाला लोकांनी मारून टाकलं. कधी कधी वाटतं, विश्वाचं रहस्य उलगडणारी जी विचारवंत मंडळी होती, त्यांनी चुकीच्या काळात जन्म घेतला. तरीसुद्धा थोडक्यात, तत्त्वज्ञानाचा जन्म आश्चर्यचकित अवस्थेतून होतो. धर्माचा उगम भयभीत अवस्थेमधून होतो. सर्व धर्मग्रंथांनी परमेश्वराच्या बाबतीत 'मिस्टिरियस' आणि 'ट्रिमेन्डस' हेच शब्द वापरले आहेत. गूढमय एवढ्यासाठी, की ते उलगडता येत नाही; आणि भयप्रद एवढ्यासाठी, की त्या विराट स्वरूपाचं आकलन होत नाही, म्हणून.

या दोन्ही अवस्थांचा उगम एकाच वेळेला होतो. त्यापैकी पहिली अवस्था ध्यानात घेऊया. सकारात्मक भूमिकेवर जोर देऊया. अनभिज्ञ अवस्थेत राहण्याचा प्रयत्न करूया. ज्याला आपण हवं तसं वाकवू शकत नाही, तेच बरोबर आहे, हे मान्य करूया. आणि त्या शक्तिला समर्पित होऊया. आपण त्या अवस्थेपर्यंत कधीच पोहोचणार नाही, हे गृहीत धरून नकारात्मक भूमिका स्वीकारतो; पण त्या विराट शक्तिपुढं आपण शून्य आहोत, हे मान्य करूया. तरच वरच्या शक्तिच्या अस्तित्त्वाला अर्थ येईल.

धर्माचा जन्म भयप्रद मन:स्थितीतून होतो. भयानकता आणि आश्चर्य ह्यात एक फरक आहे. भयप्रद परिस्थिती प्रश्नमाला निर्माण करीत नाही. याउलट, गूढ मन:स्थिती. तिची चाहूल लागली, म्हणजे आपल्याला त्याच्याबद्दल प्रेम, आदर, नम्र भाव स्वीकारावासा वाटतो. हे असं कसं होऊ शकतं? ह्याचं उत्तर मिळालं नाही, म्हणजे आदरानं आणि प्रेमानं झुकावंसं वाटतं. ह्यातूनच तत्त्वचिंतक खोलवर विचारात बुडतो आणि धार्मिक माणूस विचार सोडून समर्पित व्हायला तयार होतो.

एखाद्या गुरूचा आपल्यावर प्रभाव पडला, म्हणजे त्याच्या सान्निध्यात राहावंसं वाटतं; पण त्याच्या नजरेला नजर दिली, म्हणजे भीती वाटते. ही अशी अवस्था होणं हेच योग्य आहे. समर्पण नसेल, तर नुसत्या झुकण्याला काही अर्थ नाही. गुरूकडं गेल्यावर न्यूनगंडाची भावना अनेकांच्या मनात निर्माण होते; पण ही माणसं ती भावना दाबून टाकण्याचा प्रयत्न करतात. अनेक प्रश्नांचं मनात पानिपत झालं असलं, तरीही ती माणसं एकही प्रश्न विचारत नाहीत. अशा वेळेला आपण भारावून गेलो नाही, हे दर्शवण्याकरिता ही माणसं भलभलते प्रश्न विचारतात. वस्तुत: गुरूकडं काही ना काही प्रश्न विचारणं आवश्यकच आहे, अशी सक्ती नसून, तिथं केवळ त्याच्या सान्निध्यात राहणं हाच खरा भाव आहे, हेतू आहे; पण जसं आपण प्रथम क्रमांक मुलापासून लांब राहतो, तसंच इथंही होतं.

समाजाकडून आपण हेच शिकलो आहोत. मन म्हणजे तुमच्या शरीरामध्ये वास्तव्याला आलेला समाज, गुरुतुल्य व्यक्तीकडं गेल्यानंतर प्रथमपासूनच भारावलेल्या जीवाला तिथलं वातावरण, हलक्या आवाजात बोलणारी गंभीर चेहऱ्याची माणसं अशा वातावरणानं जास्तच बावचळून जायला होतं. अशा परिस्थितीमध्ये स्वत:वर ताबा ठेवण्याची सवय आपण करून घेतलेली असते. इथं थोडासा अहंकाराचाही भाग येतो. गुरूला आपण काहीतरी प्रश्न विचारतो, त्यानं सुचवलेला उपाय आपल्याला प्रत्यक्ष आमलात आणता येणार नाही, ह्याची त्याला नंतर जाणीव होते. त्याचा आदेश ऐकणं, म्हणजे अहंकार विसरणं, आणि इथं तर गुरूबद्दल प्रेम वाटणारी माणसंसुद्धा समर्पणाला उत्सुक

नसतात, हे दृश्य दिसतं. हे बारीकसारीक अडथळे जर दूर केले, तर हीच माणसं एका उत्तुंग अनुभवाचा स्वाद घेतील. प्रेम असूनसुद्धा समर्पणाला माणसं एवढी का घाबरतात? स्वत:च्या बायकोवर आपलं प्रेम नसतं का? पोटच्या मुलांबद्दल आपल्या मनात वात्सल्य नसतं का? समर्पणाची अपेक्षा मुलं आपल्याकडून करीत नाहीत. त्यांची योग्य दखल घेतली, त्यांच्या तक्रारींचं निवारण केलं आणि काही हट्ट पुरवले, म्हणजे ती खूश होतात. आजारपणात वैद्यकीय उपचार आपण करतोच; पण कधीकधी औषधोपचारांबरोबर मुलांची इच्छा असते, की पालकांनी आपल्याजवळ बसावं. एखादी गोष्ट वाचून दाखवावी किंवा पत्ते खेळावे. यांसारख्या गोष्टींना पालकांजवळ वेळ नसतो. आई नोकरी करणारी असेल, तर तिलाही सवड नसते. सध्याच्या काळात 'व्हीडीओगेम' सारखा खेळ उपलब्ध असल्यामुळं तेवढं खेळणं आणून दिलं, की काम झालं. समर्पणाची आवश्यकता आणि अपेक्षा नवऱ्याची बायकोकडून आणि बायकोची नवऱ्याकडून असते. पती-पत्नींच्या प्रेमातच एक सुप्त अधिपत्याचा भाग असतो. दोघांचंही भावविश्व एकच असावं, अशी दोघांची इच्छा असते, पण त्या दिशेनं कोणी हालचाल करताना दिसत नाही. ज्याला संसार करायचा, त्यानं गुरूपेक्षाही पत्नीला समर्पित व्हावं; पण तसं होत नाही. व्यक्ती म्हणून प्रत्येक माणसाला स्वत:चं स्वतंत्र अस्तित्त्व हवं असतं. संसारातले अनेक संघर्ष या एका अपेक्षेपोटी होतात. समर्पण म्हणजे स्वत:ला विसरणं, त्यालाच प्रेम म्हणतात. माणूस संपूर्ण समर्पणाला का घाबरतो. मला वाटतं, ह्यानंतर मी जे सांगेन, ते अनेकांपैकी एक कारण असेल. प्रत्येक व्यक्ती जन्माला येते, ती परिपूर्ण अवस्थेतच असते. परिपूर्ण ह्याचा अर्थ शिक्षित नव्हे. आपल्या भाषेत त्याला 'पिंड' म्हणतात. 'तो पहिल्यापासून तसाच आहे', एवढ्या एका वाक्यात संपूर्ण माणसाचं वर्णन केलं जातं. अनेकवार त्या व्यक्तीचा अनुभव आल्यानंतर आपण हे विधान करतो.

माझ्या परिचयाचा एक परिवार आहे. त्या परिवारातली सगळी माणसं एका साधकाला गुरू मानतात. घरातली कुठलीही गोष्ट त्या व्यक्तीला सांगितल्याशिवाय होत नाही. थोडक्यात, तो सगळा परिवार समर्पित झालेला आहे. अपवाद फक्त मोठ्या मुलाचा. तो त्यांना कधीही भेटायला गेला नाही. सुरुवातीला त्या परिवारानं त्या मुलाची समजूत घालण्याचा प्रयत्न केला.

'तू स्वत: एकदा ये. खात्री करून घे. तुला प्रत्यय येऊ दे. तूही त्यांना मानायला लागशील.'

मुलाचा युक्तिवाद असा:

'माझा अभ्यास मलाच करायचाय्. परीक्षेला मीच बसणार आहे, मी मन लावून अभ्यास केला असेल; तर मी आपोआप पास होईन. तुम्ही माझ्या धाकट्या

बहिणीला घेऊन गेलात, ती नापास का झाली? मला एवढं प्रत्यंतर आलंय्, तेवढं पुरे. जगण्यासाठी स्वत:चेच हातपाय हलवावे लागतात.'

हा युक्तिवाद कोण अमान्य करील? गुरूपदेश घेण्यासाठीसुद्धा मनाची एक धारणा असावी लागते. स्वत:चं स्वातंत्र्य ज्यांना अबाधित ठेवायचं असतं, ती मंडळी समर्पणापासून लांब असतात. गुरूचा आधार माणसांना, त्यांना न सुटलेल्या प्रश्नांपुरताच हवा असतो. तेवढे प्रश्न सुटले, की गुरूची गरज भासत नाही. ज्याप्रमाणे शरीराच्या व्याधी असतात, त्याचप्रमाणे काही मानसिक व्याधीसुद्धा असतात.

या दोन व्याधींच्यानंतर अपेक्षांचीही व्याधी असते. काही अप्राय गोष्टींसाठी गुरू शोधला जातो. अशा वेळी गुरूने काही अटी घातल्या, तर आपली मन:स्थिती दोलायमान होते.

माझा एक मित्र अशाच एका कारणासाठी गुरूकडं गेला. गुरूनं पहिल्यांदा मांसाहार बंद करायला सांगितला. त्या क्षणी पुढं काहीही न बोलता तो गुरूकडून उठून परत आला. हे अगदी वरवरचं कारण झालं. ह्या किंवा अशाच तऱ्हेच्या समर्पणाला माणसं घाबरतात. थोडक्यात म्हणजे, स्वत:च्या सहकार्याशिवाय गुरू आपल्याला कोणताही दिलासा देऊ शकत नाही.

येशू ख्रिस्तानंसुद्धा आपल्या अनुयायांना सांगितलं,

'ज्याला कोणला माझ्याबरोबर यायचं असेल, त्यानं स्वत:सकट सगळ्याचा त्याग केला पाहिजे.'

त्या शक्तीकडं बघण्याच्या धडपडीतच तो आपल्यापासून दूर जातो. बाऊल जमात म्हणते,

Look.....

Look for him in the temple of your limbs:

He is there as the lord of the world-

Speaking, singing, in enchanting tunes.

He is an expert at hide-and- seek;

no one can see him.....

त्याच्याकडं पाहण्याचा प्रयत्न करणं, म्हणजे त्याला एक वस्तू समजण्यासारखं आहे. ती शक्ती म्हणजे वस्तू नव्हे. तुम्ही दिलेली मान्यता आहे. आपल्या सद्सद्विवेकबुद्धीमधून त्याचं अस्तित्व आपल्याला जाणवतं. ती शक्ती म्हणजे आपल्या मनातला अंतराळ आहे. तो आपल्यातच सामावलेला असल्यामुळं तो आपल्याला कसा दिसणार?

यासाठी एक सुंदर उदाहरण आहे.

परमेश्वरानं विश्वाची उत्पत्ती केली. त्याचं वास्तव्यसुद्धा पृथ्वीवरच होतं. पण माणसं त्याला स्वस्थ बसू देईनात. रोज तक्रारी ऐकून-ऐकून त्याला वीट आला. दिवस-रात्र लोकांच्या समस्या सोडविण्यातच त्याची शक्ती जाऊ लागली. जेवढी माणसं, तेवढ्या सूचना. या पृथ्वीवर उपदेशक काही कमी नाहीत. प्रत्येकानं त्याला काही ना काही बदल सुचवायला सुरुवात केली. एकाचं कोणाचं ऐकलं, की दुसरा टपलेला असायचा. शेवटी कुणीतरी सुचवलं,

'तुम्ही थेट हिमालयात जाऊन का नाही राहत?'

परमेश्वर म्हणाला,

'तिथंही हिलरी येऊन पोहोचला.'

'तुम्ही चंद्रावर जाऊन राहा.'

परमेश्वर म्हणाला,

'काय उपायोग? तिथंही निल आर्मस्ट्राँग येऊन गेलाय्.'

त्यावर त्या जाणकारानं सांगितलं,

'तुम्हांला अत्यंत सुरक्षित जागा सांगतो. तुम्ही प्रत्येक माणसाच्या मनातच राहा. माणूस तिथं शोध घ्यायला कधीही येणार नाही. त्यातूनही एखाद्या प्रज्ञावंताला तुमचं वास्तव्य समजलं, तर तो त्याचा उल्लेख कुठंही करणार नाही. हिलरी तुम्हांला त्रास देऊ शकेल; पण गौतम बुद्धासारखी माणसं तुम्हांला काहीच अपाय करणार नाहीत. ज्यांना ज्यांना हा पत्ता सापडेल, ती ती माणसं तुमच्यासारखीच होतील आणि शांत बसतील. अंतर्मनात शोध घेई घेईपर्यंत त्यांच्यांत संपूर्ण कायापालट झालेला असेल.'

तेव्हापासून परमेश्वराला खरोखरच सुरक्षित जागा मिळाली.

ह्याच संदर्भात सूफी फकीर राबियाची आठवण होते.

जेमतेम हजार एक माणसांचं गाव. राबियाला त्या गावात फार मान होता. गाव तिला संत मानत असे.

एके दिवशी संध्याकाळी राबिया बाहेरच्या अंगणात काहीतरी शोधत होती. सूर्य अस्ताला गेला होता. गावातल्या लोकांचं तिच्याकडं लक्ष गेलं. पाच माणसं, दहा, पंधरा असं करत जवळ जवळ साठ-सत्तर माणसं आजूबाजूला गोळा झाली. राबियाची सुई हरवली होती आणि अंधारात तिचा शोध चालला होता.

गावकरी म्हणाले,

'तुझं काय हरवलंय्?'

'सुई.'

'राबिया, तू कमाल करतेस. सुईसारखी वस्तू अशी अंधारात शोधतात का?'

राबिया काहीच बोलली नाही.

मग आणखीन एकानं विचारलं,
'तुला सुई साधारणं कुठं पडली, हे आठवतंय् का?'
राबिया म्हणाली,
'सुई तिकडं स्वयंपाकघरात पडलीय्.'
कुणीतरी म्हणालं,
'राबिया, तुझं आता नक्की डोकं फिरलंय्. आम्ही सगळेजण तुला मानतो आणि तू हे काय करीत आहेस? सुई पडलीय् आत आणि तू शोधतेस बाहेर?'
राबिया पटकन म्हणाली,
'मी तुमच्यासारखंच करत आहे. तुम्ही सगळेजण हेच करीत आहात. तुमचा परमेश्वर तुमच्या अंतःकरणात आहे; आणि तुम्ही बाहेर शोध घेत आहात.'
आज आपण सगळेजण हेच करीत आहोत.
माझ्या डोळ्यांसमोर घडलेली हकीकत आहे. जाण्या-येण्याच्या मार्गावर एक झाड आहे. एके दिवशी त्या झाडावर कुणीतरी एकानं देवाची एक तसबीर लावली. कुणीतरी रोज त्याला हार घालू लागलं. तिथं रोज उदबत्त्या लागू लागल्या. त्याच झाडाच्या फांदीला कुणीतरी घंटा बांधली. मग संध्याकाळी आरती सुरू झाली आणि आज त्यांच रस्त्यावर जाण्या-येण्याचा मार्गात अडथळा ठरेल, असं संगमरवरी देऊळ बांधण्यात आलं आहे. आता जोराजोरात झांजा वाजवून महाआरती होते.
जवळपास सगळ्याच प्रार्थनास्थळांची ही अशीच सुरुवात होते. ही सगळी स्थळं म्हणजे धर्मवेडांचे अड्डे होतात. जातीय तणाव निर्माण होण्याचं हेच कारण आहे. मग त्या प्रार्थनास्थळी रोज जाऊन आल्याशिवाय अनेकांना चैन पडत नाही.
मंगेश पाडगावकरांनी जाता-जाता लिहिलं:
'कुठे शोधिसी रामेश्वर अन्
कुठे शोधिसी काशी?
हृदयातील भगवंत राहिला
हृदयातून उपाशी...'
– आणि गंमत म्हणजे, ही रेकॉर्ड त्याच देवळात लाऊड-स्पीकर लावून वाजवली जाते.
माणसं वाजवीपेक्षा जास्त चाणाक्ष होऊ लागली आहेत. बौद्धिक पातळीवर सगळेजण रमण्याचा प्रयत्न करीत आहेत. अंतःकरणाची हाक आपल्यासकट सगळेजण विसरले आहेत. प्रेमाची भाषा आपण सगळेजण विसरलो आहोत.
पण प्रेमाची भाषा विसरून चालणार नाही. खरंतर, हीच भाषा मुखोद्‌गत करायला हवी. हीच भाषा अंतर्मनातल्या देवळापर्यंत घेऊन जाईल. तिं एकदा संवाद घडला,

की अंतर्मनातल्या त्या शक्तीशी आपला संवाद होईल. असा एक क्षण जरी आपल्या आयुष्यात उगवला, तरीही आपण खऱ्या अर्थानं जागृत होऊ.

साक्षात्कारासंबंधीच्या आपल्या पूर्वीच्या सगळ्या संकल्पना दूर होतील.

हे साधण्यासाठी दोनच मार्ग उपलब्ध आहेत. ध्यानधारणा किंवा नामजप.

एखाद्या सद्‌गुरूकडं गेल्यानंतर कधी कधी असं घडतं की, आज ते एका विशिष्ट धारणेबद्दल बोलत आहेत. पुढच्या वेळेला ऐकलं, तर ते अगदी विरुद्ध भूमिकेतून पहिल्या धारणेबद्दल सांगत आहेत. आपल्या मनाचा गोंधळ होतो.

'या सद्‌गुरूचा नेमक्या कोणत्या बाबींवर विश्वास आहे?' असा प्रश्न आपल्या मनात निर्माण होतो.

पण, खरं तर, गुरूनं हे सर्व जाणिवेनं केलेलं असतं. आपल्याला स्वत:ला स्वत:चा मार्ग शोधता यावा, म्हणून अनेक पर्याय तुमच्यासमोर ठेवणं, ही गुरूची मूळ धारणा असते. ते कधी ध्यानाबद्दल बोलतील, तर कधी नामजपाबद्दल सांगतील. त्यांनी कोणतीही भूमिका निवडली, तरी आपण भारावून जातो.

आपण प्रत्येक गोष्टीत रुची घेऊन स्वत: स्वत:चा मार्ग शोधावा. आपल्याला ते जमावं, यासाठी गुरूचे प्रयत्न सुरू असतात. 'भारावून जाणं' हा योग्य उपाय नव्हे. वेगवेगळ्या विषयांवर ऐकून प्रत्येक वेळी आपण आजचीच भूमिका योग्य आहे, असं वाटण्याइतपत प्रभावी होतो. दुसऱ्याच्या बोलण्यानं प्रभावित होणं हा अनेकांचा मनोधर्म होतो. या नादात आपली स्वत:ची भूमिका काय आहे, हे तपासायला आपल्याला वेळच मिळत नाही.

मी मध्यंतरी अशाच एका सद्‌गुरूच्या प्रवचनाला रोज जात होतो. रोज ते आपली भूमिका बदलत होते. त्यांनी सांगितलेलं सगळंच पटायचं. त्यांच्या सांगण्यानुसार मी रोज वेगवेगळे प्रयोग करीत होतो.

–आणि एके दिवशी माझ्या मनात प्रचंड गोंधळ उडाला. हे, की ते? ते, की हे? असं मी स्वत:लाच विचारत राहिलो. प्रवचनाला गेलो, ते दोलायमान अवस्थेत. आज वेगळं काय ऐकावं लागेल, हा विचार घेऊनच मी स्वामींसमोर जाऊन बसलो; आणि नेमक्या त्या दिवशी माझ्या सगळ्या शंका दूर झाल्या.

त्या दिवशी स्वामींनी जे. कृष्णमूर्तींचं उदाहरण दिलं, ते म्हणाले, 'जे. कृष्णमूर्ती असं म्हणतात, कुणामुळंही प्रभावित होऊ नका.' सतत चाळीस वर्षं त्यांनी हीच भूमिका श्रोत्यांसमोर मांडली. त्याचा परिणाम असा झाला की, त्यांच्या व्याख्यानांना नियमितपणे जाणारी माणसं म्हणायला लागली, 'कृष्णमूर्ती म्हणतात, कुणामुळंही प्रभावित होऊ नका.' जे. कृष्णमूर्तींच्या ह्या भूमिकेचाच लोकांनी पाठपुरावा केला. कृष्णमूर्ती जे सांगत आले, त्याचा मी प्रत्यक्ष प्रयोग करीत आहे. कृष्णमूर्ती फक्त सांगत राहिले, मी ते प्रत्यक्ष आचरणात आणतोय्. मीही तुम्हांला कुणामुळं प्रभावित

होऊ देणार नाही. मी रोज वेगळं बोलणार. आज एक रोप लावीन, तर उद्या तेच रोप फेकून देईन. मी ध्यानधारणेबद्दल बोलेन. तर कधी नामजपाबद्दल. माझा हेतू एकच राहील. मी रोज भूमिका एवढ्याकरिताच बदलत राहीन, की एक दिवस तुम्ही कंटाळाल. नेमकं काय करायचं? ह्या विचाराच्या भोवऱ्यात अडकाल. तुम्हांला फक्त प्रत्येक विषयाची चव दाखवणं, त्याविषयी रस निर्माण करणं हा माझा उद्देश आहे. एक दिवस तुम्ही असं म्हणाल की, 'आता ऐकणं खूप झालं. काय करायचं, ते आता आपण स्वतः ठरवू.' आणि माझी सगळी धडपड तुम्ही ह्या भूमिकेत जावं, ह्याकरिताच आहे. कारण बाहेरून ऐकलेली गोष्ट आणि आतून उमटणारा हुंकार ह्यांत जमीन-अस्मानाचा फरक आहे. असा हुंकार जर उमटला, तर कितीही प्रभावी माणूस तुम्हांला भेटो, तुम्हांला त्या माणसाबद्दल प्रेम वाटेल, आदर वाटेल, पण अनुभवातून आलेलं तुमचं मत बदलणार नाही; आणि म्हणूनच तुम्ही निवडलेला मार्ग तुम्ही सोडणार नाही.'

एखादी गोष्ट मनानं स्वीकारली, म्हणजे आपला त्याबद्दलचा विचार अस्तित्त्वात राहत नाही. नामजप करायचा, म्हणजे करायचा, हे मनानं पक्क स्वीकारलं, म्हणजे तुम्ही नामजप या विषयावर विचार करायचं सोडून द्याल. शेवटी विचार-विचार असं, आपण म्हणतो; पण विचार करतो, म्हणजे नक्की काय करतो, ह्याचं उत्तर कोणालाही देता येणार नाही.

ओशोंनाच एकदा त्यांच्या एका चाहत्यानं एक प्रश्न विचारला, त्यात त्यानं जी शंका व्यक्त केली, ती अशी :

'विचार आणि समज, प्रतिक्रिया आणि प्रतिसाद, विश्वास आणि श्रद्धा, दया आणि करुणा, कम्युनिकेशन (संपर्क साधणे, निरोप देणे हा प्रकार) आणि 'कम्युनियन' (हितगूज करणे) यांत फरक कसा करावा?'

विचार करणं म्हणजे समजशक्तीचा अभाव असणं. एखादी गोष्ट समजत नाही, म्हणून माणूस प्रश्न विचारतो. आकलनशक्ती वाढली, म्हणजे विचार आपोआप मागं सरकतात. आंधळ्या माणसाला चाचपडावं लागतं. डोळस माणूस सरळ चालत जातो. आकलनशक्ती ही डोळ्यांसारखी असते. विचार करणं, म्हणजे वर सांगितल्याप्रमाणे अंधारात प्रवास करणं. विचार तुम्हांला कधीही खरं उत्तर देत नाहीत. नुसता विचार केला आणि भागलं, असं कधीच होत नाही. विचार करणं, म्हणजे जुनेच प्रश्न पुन्हा पुन्हा विचारणं. जे अज्ञात आहे, ते नुसत्या विचारांनी समोर येत नाही. जुनेच प्रश्न पुन्हा पुन्हा विचारणं, फार झालं, तर शब्दांचा क्रम बदलणं, इथपर्यंत विचारांची व्याप्ती. अज्ञात गोष्टींविषयी निव्वळ विचार करून आपल्याला त्याची माहिती झाली का? हा प्रश्न प्रत्येकानं स्वतःला विचारून पाहावा.

अन्डरस्टँडिंग म्हणजे अर्थबोध होणं, हा ताजा असतो, टवटवीत असतो. अर्थबोध हा वर्तमानकाळात राहणारा शब्द आहे. वास्तवतेकडं अंतर्दृष्टीनं पाहण्याची ती एक कला आहे.

विचारांचं धर्मकार्य एकामागून एक प्रश्न उपस्थित करणं हेच आहे. कधी कधी आपल्याला उत्तर मिळालंय्, असं वाटतं, पण उत्तर सापडलंय्, असं म्हणणं ही स्वत:ची समजूत घालण्यासारखं आहे. तेच उत्तर खरं आहे किंवा असेल, असं नाही. अर्थात कुठलंतरी काम करण्यासाठी काही निष्कर्ष काढणं आवश्यक आहे, म्हणून आपण सापडलेल्या उत्तरावर समाधान मानतो. विचार ही उसनी गोष्ट आहे. इतरांनी तुम्हांला दिलेली ही चालना आहे. खूप बारकाईनं पाहून एखादा प्रश्न फक्त आपणच उभा केला आहे, असं उदाहरण तुमच्यापाशी आहे का? हा सगळा उधार-उसनवारीचा प्रकार आहे.

मन एखाद्या कॉम्प्युटरप्रमाणे काम करतं. अर्थात मनाला कॉम्प्युटर म्हणता येणार नाही. कॉम्प्युटरलासुद्धा अगोदर डेटा द्यावा लागतो. मन किंवा कॉम्प्युटर हे प्रचंड मोठं गोडाऊन आहे. खरं तर, मनाला कॉम्प्युटर म्हटलं, तर त्यात एक फरक जाणवतो. आयुष्यामध्ये कितीतरी माणसं परिचयाची होतात. मनानं त्याची नोंद घेतलेली असते; पण काही वर्षांच्या अंतरानं ती व्यक्ती पुन्हा भेटली, तर आपल्याला त्या व्यक्तीचं नाव आठवत नाही; पण चेहरा परिचयाचा वाटतो. समोरच्या माणसाला आपल्याला आठवण करून द्यावी लागते. कॉम्प्युटरचं तसं नाही. एखाद्या माणसाचं नाव तुम्ही एकदा एन्टर केलं, की एका क्षणात त्या माणसाची माहिती तो तुम्हांला देतो.

समजशक्ती (अन्डरस्टँडिंग) म्हणजे काय? तर समजशक्ती हे बुद्धीचं लक्षण आहे. ही शक्ती तुम्ही येतानाच घेऊन आलेले आहात. ज्ञान ही गोष्ट दुसऱ्याला देता येणार नाही, कारण दुसऱ्याकडून फक्त माहिती मिळते. ज्ञान हे ज्याचं त्याला प्राप्त होतं. बुद्धिमत्ता हा तुमच्या अस्तित्त्वाला लाभलेला पैलू आहे. ध्यान आणि साधना या मार्गांनी बुद्धिमत्ता वाढवता येते. उसने विचार टाकता येतात. स्वत:च्या अस्तित्त्वाला अर्थ देता येतो. स्वत:ची उपजत शक्ती वापरता येते. इतकंच काय, साधनेच्या मार्गानं तुम्हांला तुमचं बालपण, निष्पाप निरागसपणासुद्धा टिकवता येतं. ही शक्ती एकदा विकसित झाली, म्हणजे तुम्ही करत असलेल्या कामाला वेगळं वजन येतं. याच क्षणी ते काम केलं पाहिजे, अशी तळमळ वाटते. अशा वेळेला जो प्रतिसाद मिळतो, तो पूर्ण वर्तमानातला असतो. कुणीतरी आव्हान दिल्यामुळं असतो. इथं भूतकाळाचा सवालच उभा राहत नाही. उदाहरणादाखल, समजा एखाद्यानं प्रश्न विचारला, की तुम्ही देव पाहिला आहे का?

त्यावर तुमच्या तोंडून होकार जातो.

आता हा होकार कुणी दिला? तुमच्या स्मरणशक्तीनं हे उत्तर दिलं का?
स्मरणशक्ती असेल, तर ती कोणती?
हिंदू, मुसलमान, की ख्रिश्चन?
तुम्ही जर कम्युनिस्ट असाल, तर सरळ अमान्य कराल. कॅथॉलिक असाल, तर म्हणाल,
'देव आहे.'
तुम्हांला तेव्हा गौतम बुद्ध आठवला, तर तुम्ही नकार द्याल.
स्मरणशक्तीच्या आधारावर दिलेली ही सर्व उत्तरं आहेत. ही सर्व उत्तरं निखालस खोटी आहेत. इतरांच्या विचारांची केलेली नोंद आहे. टेपरेकॉर्डरप्रमाणे तुम्ही उत्तर देता. याच ठिकाणी समजशक्ती असणारा माणूस असेल, तर तो क्षणभर थांबेल, स्वत:च्या मनाचा तळ ढवळून काढेल आणि प्रामाणिकपणे सांगेल,
'मला माहीत नाही.'
खऱ्या अर्थानं अर्थबोध झालेला माणूस हा अत्यंत प्रामाणिक समजावा. तो जर म्हणाला की, 'मला माहीत नाही', तर त्याचं वक्तव्य आणि अज्ञान त्याच्या मोठ्या मनाचं लक्षण समजावं. तो ढोंगी नाही. तुम्हीही बारकाईनं विचार केलात, तर केवळ स्मरणशक्तीच्या जोरावर तुम्ही किती वेळा उत्तरं देता आणि जिथं मनाचा संबंध येत नाही, तिथं कॉन्शसनेस्‌मधून किती वेळा प्रतिक्रिया व्यक्त करता, याचा तुम्हांला बोध होईल. पुष्कळदा तुम्हांला उत्तर देण्याची इच्छा होत आहे आणि स्मरणशक्ती तुम्हांला धोका देते, असंही घडतं. मग तुम्ही थोडा वेळ मागून घेता. इथं नुसता विचार करून काय उपयोग? एखादी गोष्ट तुम्हांला माहितीच नसेल, तर विचार करण्याकरिता वेळ का मागायचा?
या सगळ्यावर पुन्हा एकच उपाय आहे : ध्यानधारणा! तुम्ही जर ह्या मार्गाला लागलात, तर तुमची तळघरातून सुटका होईल. मन म्हणजे असंख्य, लक्षावधी आठवणींचं गोडाऊन. या गोडाऊनचा काही उपयोग होत नाही, अशातला भाग नाही. फक्त त्याचा समजशक्तीऐवजी उपयोग होऊ नये. याचं अन्डरस्टँडिंग अत्यंत वरच्या पातळीवरचं आहे. तो सरळ सरळ प्रश्नाला भिडतो. त्याच्या अंतर्मनातल्या सगळ्या भावभावनांसहित तो तुम्हांला मदत करील. हे करण्याकरिता त्याला कदाचित शब्द उधारीवर मागावे लागतील. भाषाही उसनी घ्यावी लागेल. कदाचित संकल्पनासुद्धा दुसऱ्याकडून घ्यावी लागेल. तरीसुद्धा इतक्या गोष्टींचा आधार घेऊन तुम्हांला जे सांगायचं आहे, ते नेमकेपणानं त्याचं स्वत:चं असेल. माहितीपात्र स्मरणशक्तीकडून घेतलं असेल; पण त्या भांड्यात जे असेल, ते त्याचं स्वत:चं असेल. ज्याची समजशक्ती कमी आहे, त्याचा विचारांच्या गर्दीत बळी दिला जातो. कोणत्याही एका विचारावर लक्ष केंद्रित करता येत नाही. चारी

बाजूंनी विचार घोंगावत येतात. अतिविचारापायी शेवटी वेड लागण्याची वेळ येते.
उत्कृष्ट समजशक्ती असणं, हे साधेपणाचं लक्षण आहे. फक्त विचार गुंतागुंतीचे असतात.
एक माणूस मानसोपचार-तज्ज्ञाकडं गेला. बायकोपायी तो हैराण झाला होता. त्यामुळं त्याला भयानक स्वप्नं पडायची. त्यानं आपली बाजू मांडली.
'मला रोज एकच भयानक स्वप्न पडतं. मी एका होडीत बसलोय्. आणि दहा-बारा बायका माझी होडी खडकावर आपटावी, म्हणून प्रयत्न करताहेत.'
डॉक्टरांनी विचारलं,
'यात घाबरण्यासारखं काय आहे?'
तो म्हणाला,
'एका वेळेला बारा बायकांकडं पाहून तुम्हांला कधी शीळ वाजवता येते का?'
मुख्य सवाल हा होता. होडी बुडण्याचा नव्हता. बारा बायकांना उद्देशून शीळ कशी घालायची?
एक बाई पचवताना नाकात दम येतो. विचार करणं किंवा अतिविचार म्हणू या– अतिविचार करणं म्हणजे आपल्याभोवती कडं केलेल्या हजारो बायकांकडं पाहून शीळ वाजवल्यासारखं आहे. तुमच्यात सुप्तावस्थेत असलेली समजशक्ती ओळखून घ्या आणि विचार सोडा. विचारांवर नियंत्रण मिळवण्याचे दोनच मार्ग आहेत. ते म्हणजे ध्यानधारणा किंवा प्रेम.
इतका वेळ थिंकिंग आणि अन्डरस्टँडिंग ह्यातला फरक जाणून घेण्याचा प्रयत्न केला. त्याचप्रमाणे रिॲक्शन आणि रिस्पॉन्स यांत कुठला भेद आहे, ते पाहू या. प्रतिक्रिया विचारांवर आधारित असते; आणि प्रतिसाद हा अर्थबोधावर आधारित असतो. प्रतिक्रियेला भूतकाळ असतो. प्रतिसाद हा तत्काळ असतो (वर्तमानकाळातील); पण पुष्कळदा प्रतिक्रिया आपल्या मनातच दडून बसलेली असते. एखादी व्यक्ती काहीतरी काम करीत आहे आणि तिनं आपल्याला कशाबद्दल विचारलं, तर खोलीत दिव्याचं बटन लावून दिवा लागावा तितक्या झटकन आपली प्रतिक्रिया व्यक्त केली जाते.
कुणीतरी आपला अपमान करतं. आपल्याला तत्काळ राग येतो. हेही बटण दाबण्यासारखं आहे. कुठं ना कुठं तरी या स्वरूपाच्या घटना घडत आहेत. कदाचित ज्या माणसाने तुमचा अपमान केलाय् त्याच्या रागामध्ये काही ना काही तथ्य असू शकतं. तो खरंही बोलत असेल; किंबहुना तो खरं बोलला; ह्याचाच तुम्हांला राग आला असेल. तुमची चूक उघडकीला आणून देणारा माणूस हा शत्रूच आहे, असं समजण्याचं कारण नाही. तुमच्याबद्दल त्याला काहीतरी वाटतं आणि तुम्हांला

कोणी नावं ठेवलेली आवडत नसतील, ह्या उद्देशानं तो तुम्हांला सावध करतोय्, असा त्याच्या रागावण्याचा अर्थ का लावायचा नाही? त्याप्रमाणेच तुमचा अपमान करणारा माणूस जर बुद्दू असेल, तर त्याच्या बोलण्याला तेवढी किंमतही देण्याचं कारण नाही.

गौतम बुद्धाचा असाच एकानं अपमान केला. त्यांचा शिष्य आनंद चिडला. गौतमानं आनंदला बोलण्याची संधी दिली नाही. आनंदनं बुद्धाला त्याचं कारण विचारलं, बुद्ध म्हणाला 'माझा अपमान करून प्रथम त्या माणसानं मला धक्का दिला. तो अक्कलशून्य होता. त्याच्याबद्दल मला काहीही वाटत नाही; पण तुझा तोल जातोय्, हे पाहून मला आणखीन धक्का बसला. एका माणसानं गुन्हा केला आणि शिक्षा भलत्याच माणसाला.'

आनंद म्हणाला,

'कुणाला?'

बुद्ध म्हणाला,

'तुझा राग हा निखाऱ्यासारखा असतो. तू स्वत:ला जाळून का घेतोस? शांत हो.'

अशीच एक ऐकलेली हकीगत. एकजण आपल्या मित्राला सांगत होता,

'माझ्या बायकोला प्रसन्न करण्यासाठी मी दारू सोडली, सिगारेट सोडली, पत्ते खेळणंसुद्धा बंद केलं.'

मित्र म्हणाला,

'मग वहिनी आता खूश असतील?'

'मुळीच नाही. मला कोणत्या कारणावरून झापायचं, हे आता तिला कळत नाही.'

माणसं इतक्या यांत्रिकतेनं जगतात. सगळी व्यसनं सोडून दिल्यामुळं बायको आनंदात राहील, हा कयासच चुकीचा आहे. कारण नवऱ्याशी कुठल्या कारणावरून भांडायचं, हे न कळून ती जास्त चिडचिडी होईल. प्रतिक्रिया मनातून प्रकट होते. आणि प्रतिसाद अ-मन अवस्थेत दिला जातो.

हीच गोष्ट विश्वास आणि श्रद्धा यांबाबतीतही म्हणता येईल. विश्वास हा मानसिक पातळीवर असतो, तर श्रद्धा हे जागृतीचं लक्षण आहे. श्रद्धेचा जन्म प्रचीतीमधूनच होतो. विश्वास हा आंधळा असतो. कुणाच्या तरी सांगण्यावरून आपण एखाद्या व्यक्तीवर विश्वास ठेवतो. असा विश्वास ठेवताना आपण फार खोलवर जाऊन विचारही करत नाही. प्रत्येक बाबतीत हे विधान शंभर टक्के खरं ठरणार नाही. एका व्यक्तीच्या सांगण्यावरून आपण दुसऱ्या व्यक्तीवर विश्वास ठेवतो, तेव्हा मधल्या माणसाचा काही दोष नाही. आपला विश्वास मधल्या माणसावर असतो. तिसऱ्या माणसाकडून आपल्याला हा अनुभव येईल, हे मधल्या माणसाच्या गावीही नसतं. प्रचिती आल्याशिवाय विश्वास ठेवला, तर पश्चात्ताप करण्याची वेळ येते. मग

एका व्यक्तीवरचा विश्वास उडून आपण दुसऱ्याच्या मागं लागतो.

धर्माच्या बाबतीतही हाच प्रकार होतो. अमुक एक माणूस हिंदू आहे, एक मुसलमान आहे, एक ख्रिश्चन आहे, हे ठरवायचं कसं?

दिवसातल्या चोवीस तासांपैकी आपल्याला कोणत्या क्षणी आपल्या धर्माची आठवण होते? जातीय दंगा उसळल्याशिवाय कुणालाही धर्माची आठवण होत नाही. एवढ्यासाठीच नुसता विश्वास ठेवायचं सोडून द्या. म्हणजे श्रद्धेचं प्रमाण वाढत जाईल.

प्रश्नकर्त्यानं अनेक शब्दांच्या जोड्या जमवल्या. एकाच सूत्रामध्ये गुंफलेले हे शब्द आहेत. विश्वास आणि श्रद्धा या जोडीनंतर त्यानं 'सिम्पथी' आणि 'कम्पॅशन' ह्यातला फरक विचारला.

सिम्पथी म्हणजे दया. मनात दयाभाव निर्माण होण्याकरिता समोर एखाद्या व्यक्तीची किंवा घटनेची मदत लागते. भिकाऱ्याला पाहून दानधर्म करावासा वाटणं, ही झाली दया. दयेमध्ये थोडा अहंकार असतो. आपल्या मदतीनं कोणाला तरी साहाय्य होईल, असा भाव मनात असतो.

ख्रिश्चन धर्मातल्या लोकांना भिकारी हवे असतात. भिकाऱ्याच्या रूपानं त्यांना आपली दानशूरता प्रदर्शित करता येते. जगात भिकारी नसते, तर मिशनऱ्यांनी काय केलं असतं?

'करुणा' आणि 'दया' हे समानार्थी शब्द नव्हेत. करुणा हा एखाद्या व्यक्तीचा स्थायीभाव असू शकतो. भिकाऱ्याला चार आणे देण्याचा क्षण मन थोडं कठोर केलं, तर टाळता येतो.

काही माणसं मात्र अंतर्बाह्य करुणेनंच निथळत असतात. ते एकटे असले, तरीही गलबललेले असतात. दया व्यक्त करताना समोरचा माणूस कनिष्ठ मानला जातो. करुणा तुम्हांला एकाच मंचावरती आणते. करुणेचं एकमेव उदाहरण म्हणजे साने गुरुजी. मी फक्त महाराष्ट्रातलं नाव घेतलं. साने गुरुजी हे साक्षात करुणेचे प्रतिनिधी होते. प्रश्न विचारण्याच्या साखळीतील शेवटची शब्दांची जोडी म्हणजे 'कम्युनिकेशन' आणि कम्युनियन. कम्युनिकेशन हे मनानं, बुद्धीनं आणि मनात काही ना काही कन्सेप्ट ठेवून केलं जातं. कम्युनियन म्हणजे अ-मन. गूढ आणि अशाब्दिक आणि चैतन्याची देवाण-घेवाण. कुठल्याही माध्यमाचा आधार न घेता केलेला संवाद. हे दोन्ही शब्द प्रतीकात्मक वाटले, तरीसुद्धा दोन्ही शब्दांच्या मागं एकेक विश्व उभं आहे.

इतकं सगळं वाचल्यानंतर असं वाटतं, की शब्दांतून भाव व्यक्त करण्याची आपली केविलवाणी धडपड सुरू असते.

थिंकिंग ॲन्ड अन्डरस्टॅंडिंग.

रिॲक्शन ॲन्ड रिस्पॉन्स
बिलीफ ॲन्ड फेथ
सिम्पथी ॲन्ड कम्पॅशन
कम्युनिकेशन ॲन्ड कम्युनियन
वरील सगळे शब्द काचेच्या मण्यांसारखे आहेत.
हे सगळे मणी एकाच दोरीत गुंफलेले आहेत. इंद्रधनुष्याकडं पाहिल्यानंतर पहिला रंग कुठं सुरू होतो, कुठं संपतो किंवा विरून जातो, हे जसं कळत नाही, तसंच भाषेचंही होतं. वरील काही शब्दांमधील सीमारेषा ह्या खूप पुसट आहेत. एकेका शब्दामध्ये कितीही खोलवर जायचं ठरवलं, तरीही त्यातली अर्थगर्भता सापडणं मुश्किल.
शेवटी हे सांगणं आहे, 'हे एकच आहे.' 'ध्यानधारणा' आणि 'साधना' या दोन रुळांवरून शेवटच्या मुक्कामापर्यंत प्रवास व्हावा. बुद्धी, मन अथवा शरीर– कुठलाही डबा घसरू देऊ नका. समोरचं दृश्य जसं आहे, तसंच दिसणार आहे. त्याकडं मनानं पाहायचं, की बुद्धीनं? हे ठरवणं महत्त्वाचं.
थोडक्यात,
'भागो मत, मागो मत, जागो।'
बाऊल, शब्दांच्या मागं धावत नाही. तो नाचतो, गातो, त्याचा देव त्याच्या स्वरात आहे. शेवटी भाव महत्त्वाचा.
एका देवळामध्ये एका साधकानं मुक्काम केला होता. प्रतिक्षणी तो ध्यान किंवा नामजप करायचा. त्याच देवळामध्ये एक मुंडासं बांधलेला शेतकरी खांद्यावर घोंगडी, हातात काठी, पायांत चप्पलही नाही, अशा वेशात येत असे. तो उभ्या उभ्याच तोंडातल्या तोंडात काहीतरी पुटपुटायचा. उभ्यानंच नमस्कार करायचा आणि निघून जायचा. सातत्यानं हे दहा वर्षं चाललं होतं.
केव्हातरी एकदा त्या साधकाच्या लक्षात आलं की, परमेश्वर त्या शेतकऱ्यावर खूश आहे. दहा वर्षांच्या साधनेनंतर त्याला हे एवढंच कळलं.
एके दिवशी त्यानं शेतकऱ्याला अडवलं आणि तो ठामपणे म्हणाला,
'मी इथं दहा वर्षं चोवीस तास साधना करीत बसलोय्, माझ्यात काहीही फरक पडला नाही. तू दहाच मिनिटं येतोस, काहीतरी म्हणतोस आणि जातोस. माझ्यापेक्षा तुला जास्त काही समजलंय् असं मला सारखं वाटतंय्, हे जर खरं असेल, तर तू कुठला मंत्र म्हणतोस, ते मला हवंय्.'
शेतकरी म्हणाला,
'मी अडाणी माणूस. माझं शिक्षण वगैरे काही झालं नाही. मला पोथ्या-पुराणांतलं काही कळत नाही. मी आपला येतो क, का, कि, की इथपासून जी बाराखडी आहे,

ती म्हणतो आणि परमेश्वराला सांगतो. 'ह्यात तुमचा मंत्र आहे, तो तुम्ही शोधून घ्या.' त्यापलीकडं मी काहीच करीत नाही.' एवढं बोलून तो शेतकरी निघून गेला.

'भाव' म्हणतात, तो यापेक्षा काही वेगळा असेल का?

एवढं सांगूनही त्या साधकाला काही उलगडा झाला असेल, असं वाटत नाही. त्यातून उलगडा झालाच असला, तर तो साधक 'बाऊल' झाला असेल.

■

न घडले काही, न घडणार काही...

ओशोंचा 'बिलव्हेड्' नावाचा एक लेखसंग्रह आहे. त्यांतला तिसरा लेख. लेखाच्या प्रारंभीच त्यांनी कवितेच्या तीन ओळी दिलेल्या आहेत.

Nothing has happened

and nothing will happen.

What is there, is there.

हे एक अत्यंत बोलकं विधान आहे, जे वास्तवात आहे, ते तसंच राहणार आहे. काहीही बदलत नाही आणि काही बदलताही येत नाही. आपल्यापुरतं बोलायचं झालं, तर आपल्याभावेती सातत्यानं काही ना काही बदल घडत आहेत, असं आपल्याला वाटतं आणि अनेक बदलत्या घटनांमुळं आयुष्य म्हणजे एक संमिश्र गोंधळ आहे, असा आपला समज होतो.

वस्तुत: सगळं तेच आहे. आपल्याच मनात गोंधळ आहे. आपल्याला सतत काहीतरी बदलतंय्, असं जाणवतं, त्याचं कारण आपल्याला अंतिम सत्य माहीत नाही. ह्या बाबतीत ओशोंनी अतिशय सुरेख शब्द मांडले आहेत. ते म्हणतात : Flickering consciousness.

तुम्ही कधी अंधाऱ्या खोलीत बसला आहात का? एक छोटी मेणबत्ती खोलीत लावलेली असते. तिची ज्योत फडफडत असते. ज्योतीच्या थरथरण्यामुळं आपल्याला सबंध खोली थरथरतेय्, असं वाटायला लागतं. हीच ज्योत शांत झाली, तर खोलीतलं सगळं वातावरणसुद्धा शांत होईल. पण आपलं अस्वस्थ मन ह्या प्रतिमा तयार करतं. सगळे कल्पनेचे खेळ असतात. केवळ कल्पनेमुळं खोलीतली कॉट, कपाट, खुर्च्या ह्या वस्तू हिंदकळत आहेत, असं वाटतं. ही अवस्था व्यवस्थित जाणून घ्यायला हवी. कारण मनाच्या या संभ्रमावस्थेमुळंच अनेक धर्मांचा उगम झाला आहे.

सामान्य माणसांच्या दृष्टिकोनातून जर विचार केला, तर सातत्यानं अवतीभोवती

बदल होत आहेत, हे म्हणणं रास्त आहे. हा बदल दर मिनिटाला होतोय्, हे त्यांच्या दृष्टिकोनातून योग्य आहे. वाहत्या नदीप्रमाणे सगळं चंचल आहे. कायम स्वरुपात कुठलीही गोष्ट दोन क्षणसुद्धा राहत नाही. स्थैर्य कुठंच नाही, असं सामान्य माणसाच्या दृष्टिकोनातून वाटणं स्वाभाविक आहे. माणसाचं मन कल्पना करण्यात आणि स्वप्नं पाहाण्यात दंग असतं. माणसाचं मन कल्पनेतूनच आभास निर्माण करतं. मानसिक स्तरावरचं आयुष्य जर तुम्ही खरं मानलं, तर ते स्वप्नवत आहे. त्यालाच माया म्हणतात.

बाऊल जमातीची वास्तवतेबद्दल कोणतीही तक्रार नाही, त्याचप्रमाणे ते असत्य आहे, असंही ते मानत नाहीत. त्यांचं म्हणणं फक्त एवढंच आहे, की या गोष्टीकडं पाहताना तुमची मन:स्थिती द्विधा आहे. गोंधळलेली आहे, ती स्थिर नाही. आपल्या अंत:करणात जे परस्परविरोधी विचार आहेत, त्यामुळं आपल्या आयुष्याचा प्रचंड गोंधळ झालेला आहे. यावर एकच उपाय आहे, आपण ज्याला 'आतला आवाज' असं म्हणतो किंवा जी स्वप्नं पाहतो, त्याकडं दुर्लक्ष करावं. त्याला उद्देशून आपलं वास्तव म्हणजे 'माया' आहे, असं म्हटलं जातं. मनातला आवाज आपण जर विसरलो, तर जीवनाचं चित्र आपल्यासमोर स्पष्टपणे उभं राहील. आपल्या नजरेसमोरचं हे मायाजाल आपण जर स्वत:च्या हिमतीवर दूर केलं, तर जे वास्तव आहे, अत्यंत उत्कट आहे, त्या सगळ्याचा आपल्याला अनुभव येईल. ते अनुभवलं, तर आपल्याला एका न पेलणाऱ्या शक्तिचा प्रत्यय येईल. सर्वत्र स्वच्छ प्रकाशाचं दर्शन होईल; आणि हे जे दर्शन होईल, ते शाश्वत असेल. आपण त्या दर्शनानं दिपून जाऊ. या साक्षात्काराला आपण हवं तर 'परमेश्वर' असं म्हणू शकतो. हे जग; आणि आपण मानतो, तो देव या वेगवेगळ्या गोष्टी नव्हेत. एकाच अस्तित्त्वाकडं बघण्याचे हे दोन दृष्टिकोन आहेत. त्यापैकी एक मानसिक स्तरावर आहे आणि दुसरा दृष्टिकोन 'अ-मन'. अ-मन म्हणजे मनाची उपस्थिती नसणं. मन मध्ये आलं रे आलं, म्हणजे, जर-तर आलं, कमी-जास्त आलं. थोडक्यात मानसिक खोलीत थरथरणारी ज्योत आली.

मन एका ठिकाणी राहूच शकत नाही. स्थिरता आणि सातत्य हे मनाचे धर्मच नाहीत. एक अगदी साधा प्रयोग करू या. हातावरच्या घड्याळाकडं पाच मिनिटं नुसतं बघत राहायचं. तशी मनाला शिकवण द्यायची. पाच मिनिटांचा हा काळदेखील आपल्याला खूप मोठा वाटेल. त्या पाच मिनिटांत जास्तीत जास्त विचार मनात येऊन जातील. पुन्हा एक चपराक देऊन मनाला सांगावं लागेल, की 'तू घड्याळाकडं पाहत आहेस'. म्हणूनच मन शांत आणि स्थिर करणं ही अशक्य गोष्ट आहे. मनाचा तो प्रकृतीधर्मच नाही. यावर एक उपाय आहे.

'मन' नावाची वस्तू गृहीत धरायची नाही. हे माध्यम सोडण्यात आपण यशस्वी

झालो, तर अस्तित्त्वापलीकडं जी शक्ती आहे, तिचा प्रत्यय येईल. आकृतिरूपानं आपण जे जे पाहतो, ते सगळं आसमंत निराकार होईल.
इथंच आपल्याला 'बाऊल' म्हणतो, त्या कवितेचा अर्थ उलगडेल.
'Nothing has happened
and nothing will happen.
What is there, is there.'
पण आपलं मन इतकं अवखळ आहे, की ते कल्पनेनंच काही गोष्टींना आकार देतं. काल्पनिक पातळीवरच हे घडत असल्यामुळं नजरेला ती गोष्ट दिसणं अशक्य. इतकंच नव्हे, तर ज्या गोष्टी प्रत्यक्षात अस्तित्त्वात आहेत, त्याकडंही दुर्लक्ष होतं. हे खोटं अस्तित्त्व आपण जेव्हा नाकारू, तेव्हाच आपल्याला वास्तवतेचं दर्शन घडेल. वास्तवतेचं दर्शन घडावं, म्हणून इतर सगळ्या गोष्टी अमान्य करायला हव्यात. गैरसमज निर्माण करणारी ही यंत्रणा बाजूला केल्याशिवाय सत्य परिस्थितीचं दर्शन घडणार नाही.
मन हे प्रोजेक्टरसारखं असतं. एकदा आपण थिएटरमध्ये बसलो, रे, बसलो, म्हणजे मागं प्रोजेक्टर आहे, हे आपल्या लक्षातही येत नाही. पडद्यावरचं काय खरं असतं? तो नुसता सावल्यांचा खेळ असतो. त्यात रंगून जाण्यापेक्षा पडद्याकडं पाठ करावी आणि प्रोजेक्टर बंद करावा. तो बंद करता क्षणी समोर पांढऱ्या पडद्याऐवजी दुसरं काहीही नसतं, हे ध्यानात येईल. जे शाश्वत आहे, ते राहतं. सावल्यांचं अस्तित्त्व नष्ट होतं.
ध्यानधारणेच्या बाबतीतही हेच होतं. अनेक साधक ध्यान करतात. ध्यान, म्हणजे नक्की काय? प्रोजेक्टर बंद करणं. हे करण्याऐवजी माणसं प्रोजेक्टरमधून येणाऱ्या सावल्यांशीच भांडत राहतात. म्हणजेच त्यांचा मनाशीच झगडा सुरू होतो. अशी सगळी माणसं, ज्या युद्धामध्ये पराभव हा अटळ आहे हे जाणून न घेता, अटीतटीनं सामना करत राहतात. हे असं का होतं? तर या सर्व साधकांना प्रोजेक्टर जिथं आहे, तीच जागा सापडत नाही.
या परिस्थितीमध्ये मनाची जी अवस्था होते, त्यालाच गौतम बुद्धानं 'तृष्णा' असं म्हटलं आहे. या तृष्णेमुळंच आपण कुणीतरी व्हावं, नावारुपाला यावं, पद-प्रतिष्ठा मिळवावी, असं माणसाला वाटू लागतं.
हा प्रोजेक्टर थांबवायचा कसा? तर ह्या क्षणी जिथं आहात, तिथंच राहा. आपण जसे आहोत, त्याच्यापेक्षा निराळे होण्याचा प्रयत्न करू नका. झगडून काही मिळवावं, असं काही नाही. आहोत, त्याच्यापेक्षा सुपर होण्याची धडपड सोडून द्या. रिकाम्या हातानं आपण येतो आणि रिकाम्या हातानं जातो. इतकंच नव्हे, तर संपूर्ण आयुष्यभरही आपले हात रिकामेच असतात. आपल्या हातात काहीतरी आहे, असं

जर तुम्हांला वाटत असेल, तर ती सगळी स्वप्नंच आहेत.

जपानी शब्द 'कराटे' आपल्या कानांवरून गेलेला आहे. कराटे हा शब्दच एक विलक्षण शब्दापासून तयार होतो. 'रिकामे हात'. ह्यातूनच कराटे शब्द अस्तित्त्वात आला. ह्या शब्दाचा खरा अर्थ कोणी ध्यानात घेतला, तर त्याला काहीच सांगावं लागणार नाही. आयुष्यभरसुद्धा आपण रिकाम्या हातानं जगत आलो, हे त्याला कळेल. ह्या माणसाला 'हरवणं' कुणालाच शक्य होणार नाही. जो रिक्तहस्त आहे, त्याच्यापासून तुम्ही काय हिरावून घेणार?,

आपल्याला कुणी हरवू शकत नाही. आपल्याकडची मौल्यवान वस्तू कोणीही नेणार नाही, असं मानणारा माणूस निर्भय असतो. अशा वृत्तीच्या माणसांनाच उद्देशून म्हटलं जातं,

'तो जीवन आणि मृत्यूच्या पलीकडं गेलाय्!'

जीझस वारंवार हेच सांगत होता. स्वत:चं अस्तित्त्व विसरा, अर्पण व्हा. जे हरायला तयार आहेत, तेच जिंकतील.

काहीतरी मिळवण्याकरिता जो धडपडत असतो, त्याची झोळी रिकामीच राहते. मुळातच आपण असे का आहोत? ते बीज शोधायचा प्रयत्न करू या. अंतर्मनाच्या सूक्ष्म रूपात जा. स्वत:ला विचारा. 'मी आहे, तसा आनंदात का नाही?' आपण सातत्यानं कसला विचार करीत असतो? जसे आहात, तसे तुम्ही आनंदात का नाही? उद्याचा विचार करून खरोखर सुख मिळणार आहे का? जो आज आनंदात नाही, तो उद्या आनंदात राहू शकेल का? कारण उद्याचा मुळारंभ आताच्या क्षणात आहे. म्हणजेच जे शाश्वत आहे, ते कायम शाश्वतच राहणार आहे.

'Nothing has happened
and nothing will happen.
What is there, is there.'

हे रास्त आणि वास्तव उत्तर आहे. आत्तापर्यंतचे सगळे धार्मिक ग्रंथ या तीन ओळींत सामावून जाऊ शकतील. या तीन ओळी समजल्या, तर वेगळं काही समजून घेण्याची गरज पडणार नाही.

बालपणापासून आतापर्यंत जे आयुष्य संपलं, त्यात वेगळं असं, खास काय होतं? बऱ्याचशा घटना घडतील, असं वाटलं; पण प्रत्यक्षात काय झालं? आणि मग आतापर्यंत जे झालं, ते आपण स्वत: ठरवल्याप्रमाणे झालं का?

याच एकमेव कारणासाठी वारंवार सांगावंसं वाटतं : आताचा क्षण खरा. जे घडून गेलं, ते एखाद्या स्वप्नासारखं वाटतं की नाही?

आयुष्यात एकदाच सर्व शक्ती पणाला लावून आताच्या क्षणीच तुम्ही अंतर्मनात डोकवाल का? जर तसं घडलं, तर जो आटापिटा केला, त्याच्याकडं बघत तुम्ही

मनापासून हसाल. कुठल्याही माणसाला मुद्दाम शाश्वत होण्याची आवश्यकता नाही. 'होणं' आणि 'असणं' यांत खूप फरक आहे. त्याप्रमाणे जे शाश्वत आहे, ते ह्याच क्षणी आहे. त्याला भविष्याची काही माहिती नाही. कारण भविष्यही त्याच्या ठिकाणी आहे, हे जाणवेल. शाश्वत क्षणाला भविष्यातल्या क्षणात गुंतायचं काही कारण नाही.

पूर्वी किल्लीची घड्याळं होती. त्यातला सेकंद काटा घड्याळाच्या तबकडीला सावरत सावरत जातोय्, असं वाटायचं. त्याच्या गोलाकार भ्रमंतीमध्ये त्यानं भविष्याची चाहूल घेत-घेत वर्तमानातील प्रवास केल्याचं जाणवतं.

याउलट क्वार्ट्झची घड्याळं. तो सेकंद काटा काळाचे तुकडे करीत चालला आहे, असं वाटतं. या काट्याचा भूतकाळाशी संबंध नाही आणि भविष्याशीसुद्धा, गोल भ्रमंती करणारा पूर्वीचा काटा भूत आणि भविष्य यांच्याशी फटकून वागत नव्हता. आजच्या काळात सेकंद काट्याचा खरोखरच भूत आणि भविष्य यांच्याशी संबंधित नाही. तसे आपण जगू शकलो, तर सर्व चिंता, अँक्झायटी, यांसारख्या समस्या उरणार नाहीत.

आपण असे मुक्त का होत नाही? या प्रश्नाचा उलगडा होण्यासाठी इतर काही गोष्टींचा विचार करू या. पौर्वात्य देशांनी मानवी मनाचं तीन भागात पृथक्करण केलेलं आहे. पहिल्या भागात त्यांनी झोपेबद्दल एक निष्कर्ष मांडला आहे. माणसाला जेव्हा अत्यंत गाढ झोप लागते– म्हणजे ज्या अवस्थेत स्वप्नही पडत नाही, त्या अवस्थेला 'सुषुप्ती' असं म्हटलं आहे. या प्रकारात आपण नव्व्याण्णव टक्के अनकॉन्शस असतो आणि फक्त एक टक्का कॉन्शस असतो. सर्वत्र घनदाट काळोख पसरला आहे आणि फक्त एका ठिणगीच्या आकारात बसेल, असा 'कॉन्शसनेस्' असतो. याच अवस्थेमुळं सकाळी उठल्यानंतर, ठिणगीच्या कॉन्शसनेसमुळं तो सांगू शकतो, 'मला गाढ झोप लागली होती, स्वप्नही पडलं नाही.' हो जो एक टक्का आहे, तो ठिणगीतून मिळालेल्या किरणातून जर मिळाला नसता, तर सकाळी उठल्यावर आपल्याला गाढ झोप लागली होती, याचं स्मरणही राहिलं नसतं.

दुसऱ्या भागात कॉन्शसनेस्चं प्रमाण जरा जास्त आहे. हे प्रमाण थोडं वाढल्याबरोबर पडलेली स्वप्नं माणूस आठवू शकतो. स्वप्नात दिसलेलं कथानक, त्याचे रंग, पॅटर्न या स्वप्नाला काय सूचित करायचं, ते हे सगळं आपण सांगू शकतो.

तिसऱ्या भागात सकाळी आपल्याला जाग येते. ती जागृतावस्था झाली; पण तरीसुद्धा माणसाचं सुप्त मन झोपेतच असतं. रात्री पडलेली स्वप्नं या अवस्थेत आठवू शकतात. किंबहुना ती मनात रेंगाळतच असतात. क्षणभर डोळे मिटून घेतलेत, तर जागृतीच्या तळाशीसुद्धा स्वप्नांची वसाहत आहे, हे ध्यानात येईल. ह्या स्वप्नांमध्ये खूप शक्ती असते. त्यांची सावली तुमच्या जागृतावस्थेत पडत राहते.

त्याच वेळेला तुम्हांला पडणाऱ्या स्वप्नांच्या तळाशीसुद्धा झोपेचा एक पदर असतो; तो दिसेल.

तुम्हांला गाढ झोप लागली, की स्वप्नांना सुरुवात होते. कालांतरानं स्वप्नं पडायचं थांबतं, ही दुसरी अवस्था झाली. त्यानंतर तुम्हांला शांत झोप मिळत नाही. पुन्हा तुम्ही मनपृष्ठावर तरंगू लागता. खाली-वर, खाली-वर हा तुमचा प्रवास रात्रभर चालतो. अशा प्रवासात असतानाही तुम्ही जर झोपेच्या पहिल्या स्तरापर्यंत पोहोचू शकलात आणि ती झोप फक्त पंधरा मिनिटांची असली, तरीसुद्धा तुम्हांला संपूर्ण विश्रांती मिळते. ही पंधरा मिनिटांची झोप तुम्हांला टवटवीत करण्यास पुरेशी ठरते. काही ना काही साधना करणाऱ्या माणसांना झोप मिळाली नाही, तरी चालते. कारण साधनेत मन एकाग्र झालं, म्हणजे गाढ झोपेची त्यांची संकल्पना पूर्ण होते. त्याचप्रमाणे रात्रीची पंधरा मिनिटांची झोप हीच खरी झोप. बाकीचे उरलेले तास तुम्ही फक्त तळमळत असता.

पूर्वेकडील देशांच्या संकल्पनेनुसार विचार केला, तर तोही योग्य वाटतो. जागृतावस्थेच्या अंतिम टोकापर्यंत पोहोचल्याशिवाय आपल्याला वास्तवता म्हणजे काय किंवा परमेश्वर म्हणजे काय हे समजणार नाही. अंतिम अवस्था म्हणजे निखळ दृष्टी. ही निखळ दृष्टी प्रार्थनेच्या मार्गानं मिळू शकते.

दुसरा मार्ग म्हणजे प्रेमाचा. जितक्या प्रमाणात तुम्ही प्रेम किंवा प्रार्थना कराल, तितक्या प्रमाणात तुम्हांला वास्तवतेचं दर्शन घडेल, अशा रीतीनं तुम्हांला अंतर्बाह्य जाग आली, म्हणजे ती ईश्वरी रोषणाई दिसल्याशिवाय राहणार नाही. ही रोषणाई पाहता क्षणी 'बाऊल' जे गीत गातो, त्याचं रहस्य तुम्हांला समजेल.

'Nothing has happened
and nothing will happen.
What is there, is there.'

वरील कविता अंशत: जरी समजली, तरी तुम्ही वेदनामुक्त व्हाल. काळजीचे डोंगर दूर होतील, एक प्रकारची निर्भयता तुम्ही अनुभवू शकाल.

माणूस आयुष्यभर प्रचंड धावपळ करतो. त्याच्या अपेक्षेप्रमाणे पैसे मिळवूनसुद्धा तो अंतर्यामी शांत असतो का? खरं तर, जितकी संपत्ती जास्त मिळेल, तितक्या प्रमाणात त्याला रिकामपण खायला उठेल. बाह्यत: तो कितीही शांत वाटला, तरीही त्याच्या मनात अस्वस्थता आणि तगमगच दिसून येईल. या रितेपणाची लवकरात लवकर ओळख होणं आवश्यक आहे. ती ओळख झाली, म्हणजे तुमचा वेळ आणि शक्ती– दोन्ही गोष्टी वाचतील. अत्यंत संपन्न, तृप्त, शांत आयुष्य म्हणजे काय असतं, ह्याची तुम्हांला ओळख होईल आणि मग तुम्ही खऱ्या प्रवासाला सुरुवात कराल. स्वप्नांच्या मागं धावण्याची ओढ आपोआप गळून पडेल. स्वप्नांमध्ये अफाट

ताकद असते.

गुर्जिएफ आपल्या शिष्यांना सांगायचा, 'जोपर्यंत तुम्हांला आपण स्वप्नात आहोत, हे समजत नाही, तोपर्यंत तुम्हांला जाग येणं अशक्य आहे.' त्यासाठी तो आपल्या शिष्यांना काही तंत्र देत असे. त्यांच्या आधारे हे सत्य नसून, स्वप्न आहे, याचा शिष्यांना उलगडा व्हायचा. आपण स्वप्नात आहोत, याचं भान आलं, की त्या क्षणी स्वप्नं गळून पडतात. स्वप्नं खरी वाटावीत, यासाठी तुम्हीच त्याला मदत करता. त्याच्याशी सहमत होता. तुम्ही त्याला सत्य मानता. तुमच्यातलीच सुप्त शक्ती स्वप्नांच्या पाठीशी उभी राहते. त्यामुळं स्वप्नांची शक्ती वाढते.

काही माणसं तर स्वप्नात चालतात सुद्धा; पण त्यांचं स्वप्नातलं चालणं हे ओळखता येतं. ही अशी माणसं स्वप्नातच समोर कुणी नसतानाही गप्पा मारतात, हावभाव करतात. अशा माणसांकडं बारकाईनं पाहिलं, तर असं लक्षात येईल, की त्यांच्या कोणत्याही हालचाली या जाणिवेनं केल्या जात नाहीत. असं म्हणतात, की स्वप्नात आपली बरीच गुंतवणूक असते. आपण स्वप्नं पाहतो, ही गोष्ट खरी. स्वप्नं पडण्याकरिता रात्रच यावी लागते किंवा त्यासाठी झोपावं लागतं, असं थोडंच आहे? जागृतावस्थेतील महत्त्वाकांक्षा हीच झोपेतली स्वप्नं; आणि म्हणूनच स्वप्नं अतिशय आकर्षक वाटतात. कारण तिथं आपल्या इच्छा सुफलित होतात.

ज्या वेळेला भयंकर स्वप्नं पडतात, त्या वेळेला आपण ज्या अनेक गोष्टींना घाबरून असतो, त्यांचं प्रतिबिंबात्मक रूप स्वप्नात दिसतं. पण जसे आपले विचार खरे नसतात, तशीच विचारांवर आधारित असलेली स्वप्नं खरी नसतात. नैराश्याव्यतिरिक्त स्वप्नं तुम्हांला काहीही देत नाहीत.

लहान मुलं नेहमीच टवटवीत दिसतात. सुंदर दिसतात. कारण त्यांचा वावर स्वप्निल अवस्थेमध्ये असतो. याच्या अगदी उलट वार्धक्यात गेलेली व्यक्ती. ज्या लोकांच्या आशा-अपेक्षा जळून खाक झालेल्या आहेत, अशी माणसं नैराश्याची कडवट चव जिभेवर ठेवून जगत असतात. अनुभवांनी समृद्ध होण्याऐवजी ते हरवल्यासारखे दिसतात. प्रेम, भक्ती, श्रद्धा यांवरचा त्यांचा विश्वास उडालेला असतो. याचं कारण काय असेल? कारण एकच– स्वप्नातल्या गोष्टींवरचा विश्वास. स्वप्नात पाहिलेल्या गोष्टींपैकी एकही गोष्ट प्रत्यक्षात उतरत नाही, याचं शल्य. स्वप्नं ही स्वप्नंच आहेत, अशी धारणा बाळगली असती, तर आज ते जास्त 'मॅच्युअर्ड' वाटले असते.

बालवयातील निरागसता, निष्पाप चेहरे ही निसर्गाचीच देणगी होती आणि असते. ते निरागसपण मिळवण्यासाठी बालपणात काही वेगळ्या गोष्टी कराव्या लागत नाहीत. पण जीवनातले कडू आणि गोड अनुभव, उपेक्षा, मानहानी अशा प्रसंगांना सामोरं जाऊनसुद्धा वार्धक्यात ज्याचं निरागसपण टिकून राहतं, अशा माणसांना

'जितं मया' म्हणायला हरकत नाही.

वार्धक्यात सुद्धा निरागसता, टिकवायची असेल, तर नेमकं काय करायचं? नैराश्यापासून बऱ्याचशा गोष्टी शिकण्यासारख्या आहेत. आपण निराश होतो, म्हणजे नेमकं काय होतं? आपली कोणती तरी मागणी किंवा इच्छा पूर्ण होत नाही, म्हणून आपण निराश होतो. जीवन तुम्हांला निराश व्हायला शिकवत नाही. स्वप्नं तुम्हांला निराश करतात. स्वप्नांची आणखीन एक गंमत आहे. एक स्वप्न भंग पावलं, म्हणजे त्याच्यापेक्षा मोठं स्वप्नं आपल्याला आव्हान देतं, आमंत्रण देतं. 'मॅन प्रपोझेस ॲन्ड गॉड डिस्पोझेस' हे उद्‌गार प्रसिद्ध आहेत. परमेश्वर कोणालाही डिस्पोझ ऑफ करत नाही. तुमच्या इच्छेतच नैराश्याची बीजं विखुरलेली असतात. याचाच अर्थ तुम्हांला वास्तवाचं विस्मरण होतं.

वास्तवाचा स्वीकार करून स्वप्नांकडं पाठ फिरवली, तर ते धार्मिक परिवर्तन समजायला हरकत नाही. प्रवासाच्या सुरुवातीला त्रास होईल, प्रचंड निग्रह करावा लागेल. कारण काही काळ स्वप्नं तुमचा पाठपुरावा करतील. तुम्हांला मोहात पाडतील.

स्वप्नासारखा दुसरा कवी होणं अशक्य. केवळ कवीच नव्हे, तर चित्रकार, शिल्पकार या सगळ्या प्रांतात स्वप्नं प्रभावी ठरतात. उद्याच्या स्वप्नात माणूस आजचं नैराश्य विसरतो. उद्याचं स्वप्न टाळणं हे अतिशय अवघड आहे. ते टाळलं, की आजची वास्तवता तुम्हांला टोचत राहते; पण त्याच वेळेला एक गोष्ट लक्षात ठेवली पाहिजे, की आजची वास्तवता हे काल पडलेलं स्वप्नच होतं. उद्याचं स्वप्न तुम्ही टाळू शकलात, तर आजचा दिवस भयानक वाटेल. यालाच आपल्या संस्कृतीत 'तपस' हा शब्द आहे. अत्यंत धैर्यानं आजच्या दिवसाला सामोरे जा.

'होय, हे कालचंच स्वप्न आहे, ते आज वास्तवात उरललं आहे. ते स्वप्न मी भोगून पार करीन आणि उद्याचं स्वप्न मी आज बघणार नाही', असं आयुष्यात एकदाच म्हणा. त्या क्षणी तुम्हांला पूर्णत्त्वाचा शोध लागेल. तुम्ही वास्तव आनंदानं स्वीकाराल. यालाच 'सिद्ध पुरुष' अवेअरनेस् म्हणतात.

पण हे नेमकं कधी घडणार? आज आपल्याला आपला विसर पडला आहे. आपल्याला आपली स्वत:चीच ओळख सांगता येत नाही. स्वत:ला ओळखल्याशिवाय पुढच्या आयुष्यात काय करायचं, याचं आपल्याकडं निश्चित उत्तर नाही. आपण नुसते धावत आहोत, दमत आहोत. कुणीही, काहीही सांगितलं, तरीही आपण आपला हेका सोडत नाही. वास्तवतेपासून दूर नेणाऱ्या अनेक गोष्टी आपल्या आसपास आहेत. म्हणूनच आपण अशांत आहोत.

आनंद म्हणजे काय?

ज्यावेळी आपण वास्तवतेचा स्वीकार करू, तिच्या हातात हात देऊ, तेव्हाच

आपल्याला आनंदाचा शोध लागेल. वास्तवतेमध्ये विरून जाणं यालाच 'बाऊल' प्रेम मानतो. हे प्रेम स्वीकारताना तुम्हांला भीती वाटेल, कारण तुमच्या नावाला इथं अस्तित्त्व उरणार नाही. थेंब सागरात जाऊन पडतो. त्या वेळेला एक थेंब म्हणून त्याचं अस्तित्त्व नष्ट होतं, पण त्याचवेळी तो सागरमय होतो.

अशा अवस्थेत जाण्याकरिता माणसाला पागलच व्हावं लागतं. दोन प्रकारांनी माणूस पागल होऊ शकतो. माणूस नॉर्मल पातळीपेक्षा खालच्या पातळीवर गेला म्हणजे पागल म्हणून ओळखला जातो; आणि नॉर्मल पातळीपेक्षा तो वरच्या पातळीला जेव्हा स्पर्श करतो, तेव्हाही त्याची गणना वेड्या माणसातच केली जाते. नॉर्मल पातळीपेक्षा माणूस जेव्हा खालच्या पातळीवर जातो, तेव्हा त्याला सायकिॲट्रिस्टकडं न्यावं लागतं. मग औषधोपचार केल्यावर तो पूर्वस्थितीवर येतो. एखादा माणूस जेव्हा नॉर्मल पातळीपेक्षा वरच्या पातळीवर जातो, तेव्हा घाबरण्याचं कारण नाही, तुमचं वेडेपण जर संतत्त्वाला स्पर्श करत असेल, तर त्याला वेडेपण म्हणता येणार नाही. नॉर्मल लेव्हलपेक्षा तुम्ही जेव्हा खालच्या पातळीवर जाता, तेव्हा तुमच्या मनाविरुद्ध तुम्हांला त्या अवस्थेकडं खेचलं जातं, या प्रकाराला 'Involuntary' असं म्हणतात. स्वत:वर ताबा ठेवायला तुम्ही कमी पडता. औषधाच्या माध्यमातूनच तुम्हांला योग्य पातळीवर आणावं लागतं. वरच्या स्थानावर तुम्ही जेव्हा जाता, तेव्हा ती अवस्था तुम्ही धारणेतून मिळवलेली असते. त्या अवस्थेत राहणं किंवा नेहमीच्या पातळीवर येणं या दोन्ही गोष्टी तुमच्या हातात असतात.

ओशो सांगतात, की या ध्यानधारणेतून तुम्हांला एक वेडेपणाची झलक दाखवण्याचा माझा प्रयत्न आहे. हे वेड असलं, तरीसुद्धा तुम्ही त्या अवस्थेचे मालक आहात, गुलाम नव्हे. ही वेगळी चव समजण्याकरिता सगळी धडपड.

पण हे जे वेडेपण आहे, त्याची जर तुम्ही दहशत घेतलीत, तर तुम्ही प्रेमही करू शकणार नाही. ध्यानधारणा पण होणार नाही. ही वेगळ्या दिशेची येणारी हाक तुम्हांला मॅड केल्याशिवाय राहणार नाही. मात्र समाज ज्या अर्थानं एखाद्याला वेडा समजतो, त्यापेक्षा हे वेड वेगळं आहे. हे आध्यात्मिक पातळीवरचं वेड आहे. पण तरीही सामान्य माणसाचं काय होतं, आध्यात्मिक पातळीवरचा एखादा आविष्कार अचानक प्रकट झाला, तर माणसाला कापरं भरतं आणि त्याच वेळेला कोणत्या तरी शक्तीचं आपल्या शरीरात आगमन झाल्यासारखं वाटतं. झाडाला मोहोर फुटल्यावर झाडाची जी अवस्था होत असेल, तशीच अवस्था माणसाची होते. झाडाला मोहोर फुटतो, तो त्याच्या गाभ्यातून वर आलेला असतो. तो बाहेरून चिकटवलेला नसतो. सामान्य माणसाच्या बाबतीतसुद्धा ही आवाक्याबाहेरची शक्ती त्यांच्या अंतरातूनच प्रकट होते. त्या शक्तिचा आविष्कार पचवण्यासारखा नाही. त्याची तयारी हळुहळूच

करावी लागते. त्यालाच उद्देशून बाऊल म्हणतात.

That enchanting river
reflects the very form
of the formless one.

Sense the essence
of matter.....

आपल्या हाताला आयुष्याचा एक चतकोर तुकडा मिळतो. तेच सर्वस्व आहे, असं आपण झिंगलेल्या अवस्थेत म्हणतो. आपलं समाधान जाता-जाता होतं. म्हणूनच आपली योग्यता सम्राट होण्याची असली, तरी आपण भिकाऱ्याचं जिणं पसंत करतो. इतकंच नव्हे, तर हेच आपलं जीवन आहे, असं गृहीत धरतो. म्हणूनच निद्रावस्थेत स्वप्नांच्या राज्यात आपण सम्राट होतो; पण ते खरं नसतं, हेच पुन्हा पुन्हा सांगावसं वाटतं.

I became a king
in my dream
and my subjects
occupied the entire earth.

I sat on the throne
ruling like a lion,
living a happy life.
The world obeyed me.

As I turned in my bed
all was clear :
I was not a lion
but a lion's uncle.
a jackass,
the village idiot....

तुम्ही झोपेतल्या झोपेत कुशीवर वळलात, तर त्या क्षणी स्वप्न नाहीसं होईल. ओशो यालाच संन्यास समजतात. झोपेतल्या झोपेत कुशीवर वळणं म्हणजेच जागृतावस्थेत आपली दिशा बदलणं. स्वप्नं खोटी असतात. म्हणूनच तुटलेलं स्वप्न पुन्हा नव्यानं सुरुवात करून स्वप्नाचा पुढचा भाग पाहायचा, असं आपण ठरवलं, तर ते घडणार नाही. एखादा काचेचा ग्लास आपल्या हातून फुटतो. आजकाल बाजारामध्ये अनेक

प्रकारची केमिकल सोल्यूशन्स मिळतात, त्यानं आपण तुटलेला ग्लास जोडतो. तो भाग चिकटतो, याबद्दल वाद नाही. पण सांधण्याची खूण लपत नाही. आपण त्याला त्याचं मूळचं स्वरूप देऊ शकत नाही. तसंच स्वप्नांचंही होतं. मात्र स्वप्नात जे घडतं, ते प्रत्यक्षात आहे, असं वाटावं, इतका त्यावर आपला विश्वास आहे. चाँग झू याला एक स्वप्न पडलं. स्वप्नामध्ये त्याचं रूपांतर एका फुलपाखरात झालं होतं. तो अस्वस्थ होऊन धास्तावला. त्याच्या मनात विचार आला, की स्वप्नामध्ये जर मी फुलपाखरू होतो, तर फुलपाखराला जर स्वप्न पडलं, तर तो चाँग झू होणार नाही का? शेवटी त्यानं सगळ्या अनुयायांना जवळ बोलावलं आणि त्याच्या मनातली भीती त्यानं व्यक्त केली.

एक अनुयायी उभा राहिला. त्याची साधनाही तशीच होती. तेव्हा तो म्हणाला, फुलपाखरू ही सुद्धा कविकल्पना आहे आणि चाँग झूही तेवढाच काल्पनिक आहे. दोन्ही स्वप्नंच आहेत. त्याचप्रमाणं तुम्ही सिंहपण नव्हेत किंवा सिंहाचा काकाही नव्हेत. तुम्ही फक्त दोन्ही स्वप्नांचे निव्वळ साक्षीदार आहात.

आपल्या संपूर्ण दिवसाचं गणितही असंच आखलेलं आहे. सकाळी उठल्यापासून ते रात्री निजेपर्यंत कितीतरी कामं आपण केलेली असतात. अनेक माणसं भेटायला येतात. आपण काही लोकांना गाठण्याच्या तयारीत असतो आणि रात्री डोळे आपोआप मिटायला लागल्यावर आपल्याला संसार, पत्नी, मुलं, इतकंच नव्हे, तर स्वतःचं नावही आठवत नाही. त्या क्षणी दुसऱ्या जीवनाचे दरवाजे उघडले जातात. सकाळ झाल्याबरोबर आपण आपल्या नेहमीच्या भूमिकेत येतो म्हणजे आपण एक छोटं स्वप्न विसरून, दुसऱ्या एका स्वप्नातच जातो. हे जगतसुद्धा एक स्वप्न आहे. सर्वसामान्य लोकांना दिसणारं हे स्वप्न असेल. आपण त्याच्याशी सहमतदेखील होऊ. पण रात्री पडणारं स्वप्न हे आपल्या स्वतःच्या मालकीचं असतं.

सबंध आयुष्य या रीतीनं आपण स्वप्नातच घालवतो. अशी जर परिस्थिती असेल, तर स्वप्नं आणि सत्य यातील भेद ओळखायचा कसा? आपल्या ऋषिमुनींनी याचं उत्तर शोधून काढलेलं आहे. एखादा विचार नुसताच तुमच्या मनात आला, तर ते झालं स्वप्न; पण मन जेव्हा निर्विचार अवस्थेमध्ये असेल, तर जे जे दिसतं, ते सत्य आहे. कारण वैचारिक गोंधळातूनच आपण कुठंतरी पोहोचत नाही. वास्तव आणि सत्य या दोन्हींपर्यंतही पोहोचू शकत नाही. वैचारिक भूमिकेचा एकच तोटा आहे. माणूस वास्तवालासुद्धा स्वप्नांच्या फूटपट्टीनं मोजतो. बाऊल म्हणतात,

A man unknown to me and I
we both live together,
but with a gap
of millions of miles

between us.

याच माणसाला बाऊल 'आधार मानव' म्हणतात. प्रत्येक एका माणसात दोन माणसांचा वावर असतो. त्यातला 'आधार मानव' हा मध्यबिंदूपाशी असतो, आणि दुसरा वर्तुळाच्या परिघावर असतो. या दोघांच्यामध्ये भरपूर अंतर असतं. आपण केंद्रावरचा माणूस पाहू शकत नाही. आपल्याला दिसतो, तो परिघावरचा माणूस. या आधार मानवापर्यंतच अंतर कापायचं कसं? एकच उपाच आहे, तो म्हणजे साक्षीभावानं बघणं. जे काही काम तुम्हांला करायचं असेल, ते बेलाशक करा. ती सगळी कामं करताना मनात साक्षीभाव ठेवा. तुम्ही रस्त्यानं चालत असाल, तर लक्षात ठेवा. केंद्रावरचा माणूस कधीही चालत नाही, याचं नित्य स्मरण ठेवलंत, तर 'बाऊल' समजेल. इतकंच काय, तुम्हीही त्याच्याबरोबर गायला लागाल–

Nothing has happened

and nothing will happen.

What is there, is there.

तुम्हांला जेव्हा सातत्याचा प्रारंभ समजेल, त्याचप्रमाणे शाश्वत म्हणजे काय, याची जाणीव होईल, तेव्हा तुम्ही प्रत्यक्ष जीवनाला स्पर्श केला असेल. तुम्ही जर केंद्रापाशी असाल, तर केंद्रावरच्या गोष्टी तुम्हांला जाणता येतील. याउलट, तुम्ही परिघावर असाल, तर परिघावरच्या सर्व घटना तुम्हांला समजतील, फरक इतकाच आहे, की परीघ हा नेहमी बदलत असतो.

आपण बैलगाडीचं चाक बघितलेलं आहे. बैलगाडीची चाकं गोल गोल फिरत राहतात. पण मध्यावरची जी केंद्रस्थानं आहेत, ती फिरत नसतात, ज्याला तुंबा म्हणतात, तो कधी जागा सोडत नाही. त्या तुंब्यामधून चाकाच्या आऱ्या निघतात, पण तुंबा स्थिर असतो. अनेक वर्षांच्या भ्रमंतीमुळं चाकाला अनेक रस्ते माहितीचे होतात. तुंबा एकाच जागी असतो. आता तुम्ही निश्चितपणे सांगू शकाल की, आजूबाजूला सातत्यानं बदल होत आहेत. परिघावर बसून हा निष्कर्ष काढलात, तर परिस्थिती सातत्यानं बदलत आहे हे तुमचं म्हणणं खरं ठरेल; आणि तुंब्यावर बसाल, तर सगळं तेच आहे, काहीही बदल होत नाहीयेत, असं म्हणाल, तर तेही सत्य आहे.

आता हा तुंबा शोधायचा कसा? इथंही साक्षीभावच उपयोगी पडतो. तुम्ही रोजचं जेवण घेत असाल, तर तुमच्या शरीराच्या मध्यभागी म्हणजे केंद्रस्थानी एक व्यक्ती आहे, की जिनं आयुष्यात काही खाल्लं नाही. शरीरात अन्न तर जातं, पण केंद्रस्थानी ते पोहोचत नाही.

कधी एखादा माणूस तुमचा अपमान करतो. साहजिकच आपल्याला कमालीचा संताप येतो. अपमान ही बाहेर पडणारी घटना आहे; आणि त्या वेळेला जो राग येतो,

तोही परिघावरच असतो. अशा वेळेला तुमच्यातला निरीक्षक केंद्रस्थानी राहिला, तर तो संघर्ष तुमच्यापर्यंत पोहोचणार नाही. तुमची आणि परिघाची ओळखच नाही, अशी जर कल्पना केली, तर तुमचा झालेला अपमान आणि आलेला राग यापासून तुम्ही अलिप्त राहू शकता.

अशा मानसिक जडणघडणीपर्यंत जर तुम्ही पोहोचलात, तर जागृतावस्थेची (Awareness) वाढ होते. साक्षित्त्वाचा भाव वाढत वाढत गेला, तर चाकांच्या गतीवरही परिणाम होतो. तुम्ही शांत होता; कारण कोणत्याही दिशेनं प्रवासच करायचा नाहीय्. या क्षणी साक्षात्काराचा क्षण अनुभवता येतो.

बाऊल म्हणतो–

Scanning the cosmos
you waste you hours.
He is present
in this little vessel.
In this little body
He has made his abode.
He is here
in this little vessel;
in you.
He is there,
the God of Gods,
the King of Kings,
the Beloved.

त्याला शोधण्याकरिता सगळं विश्व पालथं घालण्याची गरज नाही. तसं केल्यानं फक्त दगदग होईल. त्या दगदगीतून पुन्हा वैराग्य निर्माण होईल. आत डोकावा. केंद्रस्थानी लक्ष केंद्रीभूत करा. बैलगाडीच्या चाकाचा मध्यबिंदू शोधून त्याला छेद देण्याचा प्रयत्न करा. बाऊल म्हणतो, ते सगळं करणं अत्यंत सोपं आहे. फक्त नम्र व्हा. म्हणूनच ते सांगतात,

I became a king
in my dream
and my subjects
occupied the entire earth.

स्वप्नं माणसाचा अहंकार वाढवतात. अहंकार म्हणजेच स्वप्नं.

I became a king

in my dream
and my subjects
occupied the entire earth.
I sat on a throne
ruling like a lion,
living a happy life.
The world obeyed me.

स्वप्नातला अहंकार या स्वरुपाचा असतो.

As I turned in my bed
all was clear;
I was not a lion
but a lion's uncle,
A jackass,
The village idiot....

सत्य परिस्थितीचं ज्ञान झालं, म्हणजे माणूस नम्र होतो. आपल्या मूर्ख कल्पनांना स्वत:च हसतो.

but the lowest of the wells
guards the water
as a blessing.

नम्र व्हा. आपण नम्र व्हायला हवं. ही नम्रता स्वीकारली, म्हणजे स्वप्नं पडायची थांबतात. स्वप्न हे अहंकाराचंच एक रूप आहे. प्रोजेक्टर आहे. या एका कारणासाठी सगळ्या धर्मांतली माणसं 'नम्र राहा' असं कळवळून सांगतात.

या पृथ्वीवरती वारसाहक्कानं राज्य चाललं, ते गरीब लोकांचंच. गरीब म्हणजे पैशानं गरीब, असा अर्थ घेण्याचं कारण नाही, तर वृत्तीनं गरीब. म्हणजेच नम्र. एखाद्या साधकाप्रमाणे राहणं. प्रेमात पडलेली माणसं आणि अध्यात्मात रस घेणारी माणसं यांचा मार्ग एकच आहे. ध्यानाकडं वळणं, म्हणजे कामधंदा सोडून देणं, असा त्याचा अर्थ नाही. सबंध दिवसात आपण ज्या ज्या गोष्टी करतो दात घासण्यापासून सगळ्या गोष्टी– दाढी करणं, आंघोळ करणं, नाश्ता करणं, कामावर जाणं, प्रपंचातल्या सगळ्या गरजा पूर्ण करणं, या सगळ्याला साधक ध्यानाची जोड देतो. व्यवहारात कुठलीही गोष्ट तो टाळत नाही. अशी माणसं झाडाखाली बसली, तरीसुद्धा अत्यंत प्रेमानं बसतात. झाडाची निर्मिती ही ईश्वरी देणगी आहे.

सगळी धावपळ करताना ध्यानाची जोड देणं म्हणजेच संन्यास; आणि हाच परिपाठ ठेवला, तर उद्याची स्वप्नं बघायला वेळच मिळणार नाही. आजचा दिवस खूप मोठा

वाटेल. शाश्वत विश्व आपल्यापासून दूर नाही. हाताच्या अंतरावर आहे, फक्त तुमची नजर तिकडं वळायला हवी. आताचा क्षण हेच सुख. उरलेल्या सगळ्या व्याधी. बाऊल हा अशा तुम्हा-आम्हाला होणाऱ्या व्याधींपासून मुक्त आहेत. कारण आपण सिंह असल्याची स्वप्नं त्यांना पडत नाहीत.

■

तृष्णा : खरी किती, खोटी किती?

मराठी शायरीकार वा. वा. पाटणकर म्हणतात :
'जीवनाची रेलगाडी ना कळे नेते कुठे?
तिकिटावरी तर स्टेशनाचे नावही नाही कुठे?
फुकटात ना येथे आम्हां आहे कुणी येऊ दिले
दाम साऱ्या सुकृताचे मोजुनी आम्ही दिले
गोष्टी तशा तर खूप आम्ही, एकमेकां सांगतो
जायचे कोणा, कुठे, कोणी कुणा ना सांगतो
आहे कुणी टी.सी., परी हे ना कुणा समजायचे
एकटा तो फक्त जाणे, कोणा कुठे उतरायचे
फेकतो वाटेल त्याला, उचलून खिडकीतुनी
सांगती की, खूप त्याची सवय ही आहे जुनी
फेकण्या मजला तसा तो सरसावला थोडा पुढे
देहात्मतेचा कोट नुसता, मी फेकला त्याच्यापुढे
उचलुनी तो कोट त्याने फेकला खिडकीतुनी
केला मला आदाब आणि अदृश्य झाला लाजुनी
रेलही अदृश्य झाली, काही असेही वाचले
तिकिटावरी मी शब्द आता 'निर्वाण' इतुके वाचले'
ओशोंना त्यांच्या एका साधकाने दोन प्रश्न विचारले,
प्रवासाला प्रारंभ कसा करायचा? आणि दुसरा : प्रणयाला पारलौकिक अर्थ कसा प्राप्त करून द्यावा? त्यापैकी पहिला प्रश्न ऐकल्यावर मला शायरीकार पाटणकरांची आठवण झाली. मोठी गंमत वाटली. असं म्हणतात की 'all the arts are equal at the level of perfection.' या विधानात आणखीन एका गोष्टीची गंमत वाटली. कृष्ण, महावीर, बुद्ध, ओशो यांच्याप्रमाणेच अब्दुल हलीम जाफरखान

यांच्यासारखा सतारवादक असतो, एखादा बर्नार्ड शॉ, एखादा आइन्स्टाइन, जयंतराव नारळीकर किंवा एखादा सर्जन ही सगळी सूर्याची किरणं मानूया. पृथ्वीकडून या किरणांनी उलटा प्रवास सुरू केला, तर ते सगळे सूर्यापाशी जाऊन पोहोचतील.

पाटणकरांनी काव्यातून जे सांगितलं, तेच तत्त्व ओशोंनीही सांगितलं. ओशो म्हणतात,

'प्रवासाला प्रारंभ कधीच झालेला आहे. हा प्रारंभ आपण केलेला नाही. जीवनाच्या या रेलगाडीत आपण मधल्याच कुठल्या तरी स्टेशनवर चढतो आणि अपेक्षा नसताना आपल्याला मधल्याच स्टेशनवर उतरवलं जातं. प्रवासाची गंमत, लज्जत नुकतीच आपण शिकलेले आहोत. आयुष्याचा थोडा थोडा उलगडा व्हायला लागला आहे. अशा काळातच ही गाडी सोडण्याची आपल्यावर सक्ती होते. या प्रवासात आपण अभावितपणे सापडतो. म्हणूनच हा प्रवास आपण सुरू केलाय् असं आपल्याला वाटतं. हेच पहिलं तत्त्व ओळखायला शिका. जागरूक राहा.'

या प्रवासाची या तऱ्हेनं ओळख होणं, हाच प्रवासाचा प्रारंभ आहे. या प्रवासात आपल्याला सातत्यानं कुणीतरी ओढून नेत आहे. जाणतेपणी असो, अजाणतेपणी असो, मनापासून किंवा मनाविरुद्ध. आपला हा प्रवास सुरू राहतो. एक अदृश्य शक्ती या प्रवासात आपल्याला भाग घ्यायला लावते. म्हणूनच हा प्रवास सुरू कधी झाला, या विचारापेक्षा या प्रवासाची सगळी लक्षणं गूढ, त्यांचा शोध कसा लागेल, हा प्रश्न महत्त्वाचा आहे.

जीवनाच्या या प्रवासात आपण एकटे नसतो. आपल्याबरोबर पक्षी असतात, झाडं असतात, जनावरंसुद्धा असतात. मग फरक आहे कुठं? फक्त माणसालाच माहीत आहे की, केंव्हातरी मरावं लागणार आहे. झाडं आणि पशू-पक्षी यांनाही मरण आहे; पण त्यांना त्याचं ज्ञान नाही. माणसाला मरण म्हणजे काय, हे पुरतं समजलेलं नाही आणि तसंच म्हणाल, तर त्याला जीवनही समजलेलं नाही.

पक्षी जिवंत असतात. फक्त त्यांना त्याची जाणीव नसते. आपल्याला मृत्युच समजलेला नाही, तर जीवनाची ओळख होणार कशी? आपण केंव्हातरी मरणार आहोत, हे समजूनही 'आता मी जिवंत आहे', हे तुम्ही कसं म्हणू शकता? मरणाबद्दलचं प्रत्येकाचं ज्ञान अत्यंत पुसट आहे. धुरानं काळवंडलेलं आहे.

थोड्या-फार फरकानं आयुष्याबद्दल असं म्हणता येईल. आपण जिवंत आहोत, म्हणजे नक्की काय? याचं उत्तर कोणालाही देता येणार नाही.

स्वत:च्या अस्तित्त्वाची स्वत:ला जाणीव होणं, म्हणजे प्रवासाचा प्रारंभ झाला, असं समजावं आणि मनामध्ये कोणताही किंतू न ठेवता, तुम्ही जेव्हा ठामपणे स्वत:च्या

अस्तित्त्वाबद्दल खात्रीपूर्वक सांगता, तेव्हा इथं तुमच्या प्रवासाचा अंत होतो.
पण सत्य याहूनही वेगळं असतं. प्रत्यक्षामध्ये प्रवासाला प्रारंभही होत नाही आणि त्याला शेवटही नाही. मृत्युनंतरही प्रवास चालूच असतो. फक्त त्याचं स्वरूप आमूलाग्र वेगळं असतं. तिथं तुम्हांला प्रकाशाव्यतिरिक्त अन्य काहीच सापडणार नाही. प्रवासानंतरच्या ह्या प्रवासाची चव अत्यंत भिन्न असते. आता आपण अंधारात चाचपडत आहोत, तिथं प्रकाशच प्रकाश.

प्रवास सुरू कसा करायचा? खूप सोपं आहे. आपल्या एकूण एक हालचालींकडं बारकाईनं लक्ष ठेवणं ही या प्रवासातली कायमची गरज आहे. आपल्या नातेवाईकांशी किंवा ज्यांच्या ज्यांच्याशी काही ना काही व्यवहार करण्याची वेळ येईल, तेव्हा सावधानतेनं कृती करा. कोणतीही गोष्ट असो, रस्त्यावरून चालण्यासारखी किरकोळ बाब असो, जे कराल, ते जाणिवेनं करा. बुद्ध तर आपल्या अनुयायांना सांगत असे,

'प्रत्येक पाऊल टाकतांना मनातल्या मनात स्वत:ला सांगून चालत राहा : 'मी आता डावा पाय पुढं टाकत आहे आणि आता उजवा पाय टाकत आहे.' याची नोंद करत-करत मार्गक्रमण करा. हे करीत असताना मोठ्यांदा बोलण्याची गरज नाही, ओठातल्या ओठात पुटपुटण्याचीही गरज नाही.' हे सगळं सांगण्याचा उद्देश इतकाच आहे, की अजाणतेपणी काही करू नका. तुम्ही जेव्हा श्वास घेता तेव्हाही, 'मी आता श्वास घेत आहे.' आणि 'मी आता श्वास सोडत आहे', ह्याची खोलवर कुठंतरी जाणीव असू दे.

तुम्हांला हे सगळं समजावं, म्हणून मी शब्दांमध्ये व्यक्त करीत आहे. तुम्हांला एकदा आतून जाणीव झाली, म्हणजे शब्दांचं कार्य संपलं. कारण 'जगायचं कसं' ह्याची ओळख झाली किंवा प्रवास कसा करायचा, हे समजलं, म्हणजे शब्द निव्वळ वाफेसारखे होतात.

श्वासोच्छ्वास घेताना-सोडताना त्या प्रक्रियेकडं एकदाच बघा. आपण श्वास घेतो, तेव्हा आयुष्याला संजीवनी देण्यासारखी घटना घडते, आणि श्वास सोडणं म्हणजे अंशत: मरण आहे, याचंही आकलन होईल. ह्या तऱ्हेनं प्रतिक्षणी तुम्ही जन्म आणि मरण याचा अनुभव घेत असता. सोडलेला प्रत्येक श्वास म्हणजे सुळावर चढण्यासारखं आहे आणि आत घेतलेला प्रत्येक श्वास म्हणजे पुनर्जन्म.

हा ऱ्हिदम तुमच्या मनात ठसला, म्हणजे तुम्हांलाही जाणवेल, की श्वासाचं आत-बाहेर, आत-बाहेर होत राहणं हाही प्रतिक्षणी उलट्या आणि सुलट्या दिशेनं होणारा प्रवासच आहे.

ओशोंचा हा वरचा विचार फारच क्लिष्ट वाटेल. तो प्रत्यक्षात अंमलात आणणं अशक्य आहे, असं तुम्ही म्हणाल. इथंच नेमकं दोन शब्दांच्या मधलं जे भाष्य आहे

(Between the lines). ते जाणून घेणं आवश्यक आहे.
आपण आपल्या गरजू मित्राला आर्थिक साहाय्य करतो. पैसे परत करण्याची वेळ आली, म्हणजे मित्र तोंड चुकवायला लागतो. असं झालं, की संघर्ष आलाच. जिवलग मित्राशी कायमचं वैर पत्करावं लागतं. मित्रा-मित्रांमध्ये कधीही 'ऋणको-धनको' बनू नये. बहुधा पैसे, मित्रही जातो, केवळ कटुता कपाळी येते. जागरूक न राहिल्याचं हे लक्षण. प्रत्येकानं आपण किती वेळा अशा बाबतीत मार खाल्ला, हे आठवावं, श्वासाश्वासागणिक जागरुकता, यालाच 'आयुष्य' म्हणतात.
भाजी चिरताना रोजची सवय असूनसुद्धा बोटं किती वेळा जखमी होतात, हे कोणत्याही गृहिणीनं आठवून पाहावं. ह्यासारखे असंख्य प्रसंग सांगता येतील. म्हणूनच श्वासोच्छ्वास हा सूक्ष्म धागा पकडावा लागला. हा धागा सूक्ष्म असला, तरीही दुर्लक्ष करण्याइतका सूक्ष्म नाही. कधीतरी पाच मिनिटं शांत बसून पाहा. श्वासाकडं लक्ष द्या. एक शब्दातीत भाव तुमचं मन व्यापून टाकील.
श्रद्धा म्हणजे काय? ह्याचाही अर्थ कळेल. तुम्ही जेव्हा श्वास सोडाल, तेव्हा पुढचा श्वास आपण आत घेणार आहोत, हा आत्मविश्वास तुमच्यात निर्माण कुणी केला? गॅरंटी काय? पण कुठंतरी खोलवर असलेली श्रद्धा आपल्याला सांगते, 'काळजी करू नकोस. पुढचा श्वास घेण्याची गॅरंटी असल्याशिवाय आपण श्वास सोडत नाही.' पुढचा श्वास घेता येणार नाही, अशी नुसती कल्पना केली, तर घेतलेला श्वास आपण बाहेर टाकणारच नाही. पुढं काय घडेल? हे सांगण्याची आवश्यकता नाही.
श्वासोच्छ्वास हा जीवनाचा अविभाज्य घटक आहे. कुणीही हे न शिकवता प्रत्येकजण हे समजून असतो. निसर्गाची यंत्रणाच तशी आहे.
श्वासोच्छ्वासावरचं हे निवेदन कानांवर पडेपर्यंत तुम्ही या विषयाचा विचारही केला नसेल. थोड्या फार फरकानं हाच नियम निसर्गनिर्मित प्रत्येक गोष्टीला लावता येईल. आपण झाडाबद्दल कधी विचार केला का? बऱ्याच दिवसांत एकही फुलपाखरू बघायला मिळालं नाही, तर आपण अस्वस्थ होतो का? फुलपाखराची गोष्ट सोडूनच द्या; ठराविक कालावधीनंतर नात्यातील एखादी व्यक्ती तुम्हांला भेटत राहते. हे भेटणं बंद झालं, तर 'सध्या त्याला जमत नसेल', असा निष्कर्ष काढून तुम्ही शांत राहता.
आपण इतकं वरवरचं आयुष्य जगतो. आयुष्याबद्दलची आपली दृष्टी लहान बालकासारखी हवी. लहान मूल जेव्हा चालायला शिकतं, तेव्हा त्याच्याकडं बारकाईनं पाहा. जबरदस्त आत्मविश्वासानं ते प्रयत्न करीत असतं. इतर माणसांना चालताना त्यानं फक्त बघितलेलं असतं. त्यामुळं आपणही चालू शकू, असा भाव कुठंतरी त्याच्या

मनात निर्माण होतो. बाकीचे किती मोठे आहेत, आपण किती छोटे आहोत, हा विचार त्याच्या मनात येत नाही. तो आत्मस्फूर्तीनं चालण्याचा प्रयत्न करतो. ते मूल चालताना पडतंसुद्धा; पण त्याच्यातील आत्मविश्वास त्याला केंव्हातरी न पडता, चालायला शिकवतो.

लहान मुलामध्ये जो आत्मविश्वास आहे, तसा तो तुमच्यातही आहे. तुमचा श्वासोच्छ्वास तुम्हांला जगण्याची 'जिगर' देतो. तुमच्या चालण्यात जागरूकता आली, तर तुम्हांला आतून असं वाटायला लागेल, की तुम्ही चालवले जात आहात. जीवनगंगा तुमच्यामधूनच वाहत आहे.

तुम्हांला जेव्हा भूक लागते, तेव्हा जर तुम्ही जागरूक असाल, तर तुमच्या लक्षात येईल, की तुमच्यातील जीवेषणा तुम्हांला भूक लागल्याची जाणीव करून देत आहे. जेवणाची गरज जीवेषणेला आहे, तुम्हांला नाही. अशा प्रकारे तुम्ही सातत्यानं जागे राहिलात, तर तुम्हांला कळेल, की जगात एकच गोष्ट अशी आहे, जी तुम्हांला 'तुमच्या हक्काची आहे', असं सांगेल; आणि ती गोष्ट म्हणजे 'साक्षीभाव'. विश्वातील सगळ्या गोष्टी विश्वाच्याच आहेत. तुम्ही फक्त साक्षीभावावर हक्क सांगू शकाल. स्वत:च्या उदरभरणापासून प्रत्येक हालचालीला साक्षीभावानं सामोरं जाणं यातच आयुष्याची सार्थकता आहे.

केर काढणं आणि जमीन पुसणं ह्यातसुद्धा एक आनंद लपलेला आहे. 'काय कटकट आहे', असं म्हणत-म्हणत तुम्ही केरवारे करणं, जमीन पुसणं, अशी कामं केलीत, तर तुम्ही एका आनंदाला मुकलात. जमीन स्वच्छ होईल, यात नवल नाही; पण जमिनीबरोबरच तुम्हांलाही पाण्याचा स्पर्श होऊन टवटवीत होता आलं असतं. ती संधी तुम्ही गमावलीत. जागरूक (Aware) राहून तुम्ही कुठलंही काम केलंत, तर ते काम करताना तुम्हांला थकवा येणार नाही. तुमच्या प्रत्येक हालचालीमध्ये जागरूकतेचा एक धागा असेल, तर हे आयुष्य तुम्हांला प्रकाशमान वाटेल. तुमची जागरूक राहण्याची सवयदेखील वाढत जाईल. जागरूकतेचा हा दिवा सतत जवळ बाळगा. प्रत्येक कामात तिचा सहभाग असू दे. असे असंख्य छोटे दिवे एकत्र आले, म्हणजे आत्मभान आलं, असं म्हणता येईल. हजारो छोट्या दिव्यांचा प्रकाश एकत्र आल्यावरच तिचं रोषणाईत रूपांतर होतं. त्याला प्रकाशाचा उत्सव, असंही म्हणायला हरकत नाही.

वडील माणसं त्यांचा मुलगा आणि मुलगी प्रवासाला निघाली, तर पहिली सूचना देतात:

'पैशाचं पाकीट सांभाळून ने.'

दुसरी सूचना–

'किती डाग बरोबर आहेत, त्याकडं ध्यान असू दे.'

आपण बेसावध कधी होतो, हेही आपल्याला कळत नाही.

असाच एक परिवार बाहेरगावी निघाला होता. रोजचा रतीबवाला, पेपरवाला येऊन जातील आणि दूध न घेता दूधवाला नेहमीसारखं बिल देईल. प्रश्न होता फक्त सतरा रुपयांचा. परिवारातल्या कुटुंबप्रमुखांनी एक पाटी तयार केली आणि जाण्यापूर्वी दरवाज्याच्या बाहेरच्या कडीला लावून टाकली.

'आम्ही बाहेरगावी जात आहोत, कृपया वर्तमानपत्र टाकू नका.' त्या माणसाचं घर फोडलं गेलं. सतरा रुपये वाचवायला गेले आणि सात-आठ लाखाला फटका बसला. होतं नव्हतं सगळं गेलं. घर स्वच्छ झालं. बेसावध अवस्थेमध्ये सावधगिरी घेतली. 'प्रतिक्षणी जागरूक राहा.' म्हणजे जीवनातला आनंद कळेल. एकदा विचार करून पाहा, आपला रेल्वेपास खिसा कापून कसा पळवला जातो. दीडदांडी तराजू वापरून रद्दीवाला वजनात दगा देऊन किती कमी पैसे देतो? सेलच्या पाट्या वाचून तुम्ही किती धावाधाव करता? कधी कधी गरज नसलेली वस्तुसुद्धा 'ग्रँड रिडक्शन सेल' अशा पाट्या वाचून आपण का घेतो? दारावर तांदूळ विकायला येणाऱ्या बायका 'पाच किलो तांदूळ दिले,' असं सांगतात; आणि आपण मोजल्यावर ते तीनच किलो निघतात. हे झालं साध्या व्यवहाराबद्दल.

रागाच्या भरात आपण आतापर्यंत किती मनं दुखवली? क्षणिक मोहाचे बळी आपण किती वेळा झालो? रिक्षावाले, टॅक्सीवाले तुमच्यासमोर रेट कार्ड बघूनसुद्धा दोन-तीन रुपये जास्त सांगतात. ते कार्ड तुम्ही स्वत: बघायला मागितलंत, तर रिक्षावाल्याकडं सुटे पैसे नसतात.

ही अशी उदाहरणं पाहिली, म्हणजे आपण डोळसपणे आयुष्य जगत नाही आहोत, हे उघडकीला येतं. संसार न करणाऱ्या गौतम बुद्धानं आयुष्य कसं जगावं, हे संसारी माणसाला सांगणं, हीच खरी जागरूकता.

दुसरा प्रश्न याहून गहन आहे. कारण तो प्रत्यक्ष अनुभवाचा आणि अनुभूतीचा भाग आहे. शब्दांच्या आधारानं उत्तर देण्याचा प्रयत्न केला, तर अर्थापेक्षा अनर्थच जास्त होईल, असा दुसरा प्रश्न आहे. 'प्रणयाला पारलौकिक पातळीवर नेणं म्हणजे नेमकं काय?' हा विषय अत्यंत नाजूक आहे. खरं तर, प्रणय हा बदनाम झालेला शब्द आहे. शतकानुशतक या एका अवस्थेच्या बाबतीत विकृत समज समाजामध्ये पसरलेला आहे.

प्रणयाची प्रत्येकाला ओढ असूनसुद्धा माणूस कुठंतरी धास्तावलेला आहे. प्रणय म्हणजे नेमकं काय? हे, खरं तर, कुणालाच कळलेलं नाही. प्रणयाबद्दल ओढ असणाऱ्या माणसांनीच त्याची बदनामी केली आहे. आपली समाजरचनाही प्रणयावस्था सहजी मान्य करीत नाही. वर्षानुवर्ष हे असंच होत आल्यामुळं जी एक धारणा निर्माण

झाली, त्या धारणेपायीच प्रणयाबद्दल गैरसमज जास्त पसरलेले आहेत. प्रणय हा शब्द उच्चारताच काही विकृत गोष्टी नजरेसमोर येतात.

ओशोंच्या शब्दात सांगायचं झालं तर–

'The word sex is very loaded. It is one of the most loaded words in existence. You say 'God', it seems empty. You say 'sex'; it seems too loaded.'

प्रणय या एका शब्दाबरोबर आपलं मन अज्ञात हुरहुरीनं भरून जातं. कधी कधी त्या विषयाबद्दल अनावर ओढ निर्माण होते, तर कधी कधी तिटकाराही वाटतो. हा विषय दिशाभूल करणारा आहे. कधी आकर्षण वाटतं, कधी भीती वाटते. कधी विकृत भावना बळावतात. मनामध्ये भावभावनांचा कल्लोळ उठतो. काय स्वीकारावं? काय टाकावं? हे ठरवताना विचारशक्ती कुंठित होते; आणि गंमत म्हणजे, हे सगळे परस्परविरोधी भाव एकाच ठिकाणी नांदत असतात. म्हणूनच ओशोंनी पहिल्याच फटक्यात प्रश्न विचारणाऱ्या व्यक्तीला निरुत्तर करण्याच्या उद्देशानं विचारलं,

'प्रणय पारलौकिक पातळीवर नेण्याचं कारणच काय? मला वेगळीच शंका येते. तुम्ही पारलौकिक किंवा अतीतसारखा सुंदर शब्दप्रयोग करीत आहात, पण शंभरापैकी नव्व्याण्णव टक्के तुम्हांला प्रणयभावना दाबून कशी टाकायची, हा प्रश्न विचारायचा आहे. असं म्हणण्याचं कारण नव्व्याण्णव टक्के माणसं ह्याच भावनेपायी गोंधळात पडलेली आहेत.'

एवढं उत्तर त्या माणसाला देऊन ओशो नंतर या विषयावर प्रकट चिंतन करतात. ज्या व्यक्तीनं हा प्रश्न विचारला, त्याला प्रणयातही रस नाहीय्. त्याचप्रमाणे त्यानं अतीताचाही विचार केलेला नाही. पारलौकिक अवस्थेपर्यंत पोहोचण्यासाठी प्रथम अनुभवातून जावं लागतं. ह्यासाठी काही वेगळे प्रयत्न करायचे नसतात. तुम्ही प्रणयाचा मनमुराद आनंद घ्या. म्हणजे तुम्हांला आपोआप परिपूर्णता येईल. तुमच्या मनात प्रणयभावनेचा उगम पहिल्यांदा कधी झाला, हे तुम्ही नेमकेपणानं सांगू शकाल का? उगम हाच शब्द मुद्दाम वापरलेला आहे. तुम्हांला स्वत:ला मुद्दाम काहीच करावं लागत नाही. ती नैसर्गिक देणगी आहे. ती घडणार, म्हणजे घडणार. तुमची इच्छा नसली, तरीही हे परिवर्तन अटळ आहे. वयाच्या चौदाव्या किंवा पंधराव्या वर्षी ही भावना मनात निर्माण होते. या वयात धरण फुटावं, असा महापूर येतो. ज्या गोष्टीशी आपला पूर्वपरिचय नव्हता, त्या गोष्टी जणू काही चाल करून येतात. प्रणयभावनेच्या आहारी आपण कधी गेलो, हे आपल्याला कळत नाही. आपल्या प्रत्येक हालचालीत प्रणयभावनेचा गुलाबी रंग बेमालूमपणे मिसळून जातो. निसर्गाची ही शक्ती एखाद्या तुफानासारखी

असते. तिचा उदय झाला, म्हणजे माणसाला काही सुचत नाही. चालताना तुमची पाऊलंसुद्धा प्रेमभावनेनं जड पडतात, पण तुमच्यासमोर कुणी जात असेल, तर त्या मुलीला पाहून तुमच्या पायांना गती कधी येते, हे तुम्हांला कळत नाही. प्रणयभावनेनं तुम्ही अंतर्बाह्य चिंब होता. प्रणयरंग हा इतका उत्तुंग असतो, की तो खटाटोप करून पारलौकिक करावा लागत नाही. प्रणयभावनेकडं जर डोळसपणे पाहिलं असेल, तर उत्कटतेनं श्वासून घेतलं असेल, तर वयाच्या चौदाव्या वर्षी ज्याप्रमाणे प्रणय वळवाच्या पावसासारखा कोसळतो, त्याप्रमाणे वयाच्या बेचाळीस ते चव्वेचाळीसाव्या वर्षी आकाश निरभ्र होतं. धरणाच्या झडपा पुन्हा बंद होतात.

आपण चौदाव्या वर्षीसुद्धा काहीही करू शकत नाही आणि पंचेचाळिसाव्या वर्षीसुद्धा आपण तटस्थच असतो. प्रणय हा तुमचा एक अंगभूत भाव आहे. प्रणयातूनच तुमचा जन्म झालेला आहे. वंशाला दिवा हवा, ह्या भावनेनं तुमचे आई-वडील एकत्र येत नाहीत. शास्त्र कितीही पुढं गेलं, तरीसुद्धा गर्भधारणा नेमकी कधी झाली, हे आतापर्यंत कोणीही अचूक सांगू शकलेलं नाही. तुमचे आई-वडील प्रणयभावनेतूनच समागमापर्यंत आले. लाखो पेशींपैकी एक पेशी गर्भधारणेला पुरेशी ठरते. तुमचं शरीरच पेशींपासून निर्माण झालेलं असल्यामुळं तुमच्यात असलेली प्रणयभावना ही शेवटपर्यंत तळ ठोकून राहणार आहे. त्या एका पेशीतून लाखो-करोडो पेशी तयार होतात, तरीसुद्धा त्या पेशीचा अंश प्रत्येक पेशीत उतरतोच. तुमचं मन कायम प्रणयातुर राहिलं, तर नवल नाही. ते असं म्हणतात–

चौदा वर्षांपर्यंत मुलांना प्रणयभावना म्हणजे काय, हे माहिती नसतं. आपल्या समाजात प्रेम, प्रणय, ह्याच्यावरती इतकं बंधन आहे की, समागम हा शब्द माहिती असण्याचं काही कारणच नाही. ओशो असं म्हणतात, की समाजानं आणि धर्मकांड मानणाऱ्या लोकांनी या विषयाबद्दल एवढी गुप्तता पाळली नसती, तर मूल जसं आहे, तसं निरागस राहिलं असतं. या विधानापुरताच मी ओशोंशी सहमत नाही. निसर्ग आपलं कार्य करीतच असतो. जी जाण येते, ती आपोआपच येते. त्याहीपेक्षा स्पष्ट सांगायचं झालं, तर मुलाचं कुतूहल एका ठराविक टप्प्यापलीकडं कुठलेही आई-बाप पूर्ण करू शकत नाहीत. मुलांना लैंगिक शिक्षण द्यावं, की देऊ नये, याबद्दल ठोस उपाय कोणालाच सापडलेला नाही. ज्या गोष्टीबद्दल काटेकोरपणानं गुप्तता राखली जाते, त्याच गोष्टीबद्दल मुलांच्या मनात विचारांचं थैमान मांडलेलं असतं. आजूबाजूच्या माणसांकडून किंवा मुलांच्या समवयस्क मित्रांकडून विकृत स्वरूपात माहिती मिळण्यापेक्षा त्याबद्दलचं ज्ञान पालकांनी घरातूनच द्यावं, हे म्हणणं अत्यंत सोपं आहे. प्रश्न एवढाच आहे, हे ज्ञान प्राप्त होताच मुलांची आई-वडिलांकडं बघण्याची नजर

नेमकी कशी होईल, स्वत:च्या जन्माचं रहस्य ज्या क्षणी मुलांना कळेल, त्या क्षणी त्यांना आई-वडिलांबद्दल काय वाटेल?

ओशो पुढं म्हणतात:

प्रणयभावनेला पारलौकिकत्त्व कसं द्यायचं, हे तुम्ही सहज विचारता, श्वासोच्छ्वासाबद्दल असं का नाही विचारीत? ह्याच्याही पुढं जाऊन ओशोंचं एक रास्त विधान आहे, ते म्हणतात–

You don't ask me how to transcend breathing- because no religion has taught you to transcend breathing, that's why. Otherwise, you would be asking, 'How to transcend breathing?' You breathe! You are a breathing animal; you are a sexual animal also.

यात थोडासा फरक आहे. वयाच्या चौदाव्या वर्षापर्यंत तुम्हांला प्रणयभावना म्हणजे काय, ह्याचा अनुभव नसतो. एखाद्या कारंज्याप्रमाणे केंव्हातरी ती भावना उफाळून येते. नुकतंच जन्माला आलेलं मूल, तीन सेकंदापर्यंत श्वास घेऊ शकलं नाही, तर ते मरतं. तो श्वास एकदा सुरू झाला, म्हणजे मरेपर्यंत तो होत राहतो. इथंही पुन्हा श्वास जेव्हा थांबतो, तेव्हा तीन सेकंदात माणसाचा प्राण जातो. जीवनाचा प्रारंभ आणि शेवट दोन्ही वेळेला तीन सेकंदांचा खेळ. त्यामुळं श्वासोच्छ्वासाला पारलौकिकत्त्व देण्याचा प्रश्नच उद्भवत नाही.

ओशोंनी आणखी एक मत मांडलं आहे. त्यांच्या या विचाराशी मी वैयक्तिकरीत्या अजिबात सहमत नाही. एकविसाव्या शतकामध्ये हे असले प्रश्न उपस्थित होण्याचं कारण नाही. मायबाप सरकारच्या कृपेनं घरोघरी टीव्ही पोहोचला, आठ बाय् आठच्या झोपडीतसुद्धा त्यानं जागा मिळविली. झोपड्यांसकट सगळ्या घरांची थिएटर्स झाली, पुढच्या पिढीला प्रणयाराधनेचं हिडीस शिक्षण हिंदी चित्रपटांनी दिलं. हे असं असताना स्त्री-पुरुष संबंधांबद्दल एवढी गुप्तता बाळगली, तर मूल निष्पाप आणि निरागस राहील, या मताशी सहमत कसं व्हायचं?

ओशो म्हणतात :

प्रणयभावना जेवढी दडपून टाकली जाईल, तेवढी ती उफाळून येते. चर्चेस्‌सारखी धर्मस्थळं आणि 'फादर' कंपनी अस्तित्त्वात आहेत, म्हणूनच हेफनरसारख्या लोकांनी पोर्नोग्राफीवरची मासिकं तडाख्यानं खपवली. एकीकडं फादर प्रणयाबद्दल गुप्तता राखतात आणि हेफनरसारखी माणसं अश्लील मासिकं छापतात. जणू काही फादर आणि हेफनर यांचा हा जोडधंदा आहे.

लॉरेल हार्डीच्या एका चित्रपटात ते दोघंही बेकार असल्याचं दाखवलं होतं. मग त्या दोघांनी एक शक्कल लढवली. लॉरेल चिखल हातात घेऊन फुटपाथवर बसायचा. फुटपाथवरून जाणाऱ्या लोकांच्या बुटांवर चिखल शिंपडणं हे त्याचं काम. दोनशे

फुटांचं अंतर सोडून हार्डी बूटपॉलिशचं खोकं घेऊन बसायचा. बूट खराब झालेले आहेत, हे दाखवण्याचं काम हार्डीचं. अर्थातच बुटाला पॉलिश करण्याचं काम त्याला आपोआप मिळायचं.

या जोडीप्रमाणेच धर्मगुरू आणि पोर्नोग्राफीचे प्रकाशक यांची जोडी जमत असावी. मूळ प्रश्न प्रणयभावना कशी घालवावी, हा नसून, त्या संबंधातले विकृत विचार कसे हद्दपार करायचे, हा आहे.

प्रणयभावना आणि प्रणय दोन्ही गोष्टी देखण्या आहेत. प्रणयात एक नैसर्गिक लयबद्धता आहे. प्रणयभावना हे जगण्याचं माध्यम आहे. तुम्हांला जर आयुष्याचा अर्थ समजला असेल, तुम्ही जर जीवनावर प्रेम करत असाल, तर प्रणय हा अत्यंत पवित्र आहे, हे तुमच्या ध्यानात येईल. तुम्ही त्या भावनेचं स्वागत करा, त्याच्या संगतीत आनंदानं राहा, त्याचं आगमन ज्याप्रमाणे पाऊल न वाजवता तुमच्या आयुष्यात होतं, तितक्याच सहजतेनं अकांडतांडव न करता ते तुमचा निरोपही घेतं.

हा विषय माणसाच्या डोक्यातून का जात नाही? ह्या प्रश्नाचं उत्तर अगदी साधं आहे. मनाच्या दोलायमान अवस्थेत स्वीकारलेली कोणतीही गोष्ट शांती, समाधान मिळू देत नाही. साधी रोजच्या जेवणाची गोष्ट घ्या. पाककला हे जसं एक शास्त्र आहे, त्याप्रमाणे भोजनप्रबंधाचा आस्वाद घेणं हीसुद्धा एक कला आहे. काही काही माणसं आपल्यासमोरचं ताट मध्येच कोणीतरी ओढून घेईल, अशा खोट्या भीतीपायी लांडग्यासारखे ताटावर तुटून पडतात. एक ही पद्धत झाली, तर काही माणसं अन्न पहिल्यांदा बघितलंय्, या वृत्तीनं अन्नाचा फडशा पाडतात. ताटात वाढलेल्या प्रत्येक पदार्थाला एक टेक्स्चर असतं, गंध असतो, चव असते. सर्वांगानं भोजनाचा आस्वाद घेण्याकरिता माणसाची तशी वृत्ती लागते. जेवणाचा रसास्वाद घेत असताना अशा पद्धतीनं तो घ्यावा, की तो स्वयंपाक करणाऱ्या माणसाचा सन्मान व्हावा.

स्वयंपाक करणं ही जर दैवी साधना असेल, तर जेवणं म्हणजे परमेश्वराची देगणी आहे. आपल्याकडं त्याला अन्नब्रह्म म्हटलंय्, ते उगीच नाही. जेवताना, इतर सगळ्या गोष्टी विसरा, अन्नग्रहण करणं ही एक तऱ्हेची प्रार्थना आहे.

तुम्हांला तुमच्या भुकेचं पूर्ण स्वरूप कळलं पाहिजे. भार होणार नाही आणि अर्धवट वाटणार नाही, असा सुवर्णमध्य जेवताना साधता आला पाहिजे. माणसांनाही अन्न लागतं आणि पशूंनाही. मग दोघात फरक काय? माणसाच्या बाबतीत तो एक कलात्मक सोहळा आहे. तसा तो नसता, तर डौलदार डायनिंग टेबल त्याच्यावर जाळीचे रुमाल, आकर्षक काटे-चमचे या सगळ्याची काय गरज होती? जेवणासाठी मित्रांना आवर्जून आमंत्रण का पाठवलं जातं? जेवणाऱ्या माध्यमातून एक सण

साजरा करायचा, म्हणून. अशा पद्धतीनं जेवण केलं, तर बराच वेळ भूक लागत नाही.

प्रणयाच्या बाबतीतसुद्धा हाच दृष्टिकोन हवा. ती एक स्वाभाविक हालचाल असावी. जेव्हा दोन व्यक्ती एकत्र येतात, तेव्हा परमेश्वरानं त्यांना कुशीत घेतलेलं असतं. जेव्हा दोन शक्तींचं मीलन होतं, तेव्हा तिथं शब्द उरत नाहीत. मी-तू पणाची भावना राहत नाही. तो एक निखळ उत्सव असतो. परमेश्वरानं मानवाला दिलेलं हे सर्वांत मोठं पारितोषिक आहे. प्रणयाला पारलौकिक करण्यासाठी तुम्ही काहीच करू नका. त्याचं मोकळ्या मनानं स्वागत करा. तुमच्या अलिंगनानंच तो पारलौकिक होतो. प्रणयाविरुद्धच्या सगळ्या संकल्पनांना सोडचिठ्ठी द्या. प्रणयभावनेचा धिक्कार कोणाकडून होतो? अहंकारभावनेनं ज्यांना पछाडलं आहे, अशी माणसं प्रणयाच्या विरुद्ध लढण्याकरिता उभी राहतात.

प्रणयाच्या बाबतीतसुद्धा दोन प्रकारची माणसं आहेत. पहिला प्रकार अहंकारी माणसांचा. ही माणसं प्रथम प्रणयाच्याविरुद्ध उभी राहतात; आणि दुसरा प्रकार प्रणयानुकूल माणसाचा. निसर्गानं दिलेल्या सगळ्या गोष्टींचा ही माणसं स्वीकार करतात. प्रणयानुकूल लोकांचं ऐकतो कोण? खरं तर, ही माणसं कुणाला काही सांगायलाच जात नाहीत. प्रणय आणि अहंकार यांच्यांतला संघर्ष नेमका कशात आहे?

प्रणयाच्या राज्यात समोरचा माणूस तुमच्यापेक्षा जास्त महत्त्वाचा ठरतो. अहंकारी माणसांचा प्रणयाला विरोध असणं स्वाभाविक आहे. तो असो अथवा ती. प्रणयामध्ये स्वत:कडे कमीपणा घेण्याची वृत्ती जोपासावी लागते. दुय्यम ठरण्यात एक विलक्षण आनंद आहे. अहंकाराची किंमत मोजून, आनंदाचा सत्कार करायचा, हेच अहंकारी माणसांना पटत नाही. खरं तर, नमतं घेण्यात, दुय्यम ठरण्यात एक विलक्षण सौंदर्य आहे. दुसऱ्यापेक्षा कमी ठरण्याचा, या खेळात एक निरागस आनंद आहे. हा आनंद फक्त प्रणय स्वीकारणाऱ्या माणसांनाच मिळतो, अहंकारी माणसाला नव्हे. प्रणयामध्ये समोरची व्यक्ती म्हणजे मुख्य ग्रह आणि आपण म्हणजे उपग्रह, ही भूमिका स्वीकारणारी माणसं अत्यंत भाग्यवान आहेत. प्रणयाची खरी चव याच लोकांना समजते. स्वत:कडं कमीपणा घेण्याच्या या भूमिकेत कृष्णाची बासरी आहे.

प्रणयभावना एखाद्या झंझावाताप्रमाणे तुमच्यावर तुटून पडते. तुमच्यासाठी भोवताली हवेचा एक भोवरा तयार होतो आणि तो प्रणयी माणसाला सांगतो,

'माझा पराभव करण्याची ताकद तुझ्या अंगात नाही.'

तुम्ही खर्च करण्यावर बंधन आणू शकता. राजकारणाचे फासे जिंकू शकता. ज्ञान आणि शास्त्र यांवर कब्जा करू शकता. नैतिक मूल्यं हातात ठेवू शकता, पण

प्रणयभावनेशी झुंज देणं हे अशक्यप्राय आहे. अनंत काळापर्यंत चालणारं हे युद्ध आहे. अहंकार जिंकू शकत नाही. कारण तो सुपरफिशियल आहे. प्रणय ही उपजत भावना आहे. ते तुमचं आयुष्य आहे. अहंकार म्हणजे मन किंवा बुद्धी. प्रणयाची मुळं खोलवर गेलेली असतात, तर अहंकाराची भावना फक्त डोक्यात सामावलेली असते. डोक्यातली ही हवाच तुम्हांला प्रणय पारलौकिक करायला शिकवते आणि हा प्रयत्न जर असफल झाला, तर मागं कोणतीतरी विकृती राहते.

प्रणय पारलौकिक करणं म्हणजे संयम करून दाबून टाकणं नव्हे. तुमचा प्रणय जर यशस्वी झाला, तर तुम्हांला हलकंफुलकं वाटतं. तुमचं एकत्र येणं जर सुखावह ठरलं, तर त्या नैसर्गिक शक्तिचा उद्रेक होऊन आपल्या हाती एक मौल्यवान ठेवा आलाय्, असं तुम्हांला वाटतं, चित्तवृत्ती मोकळ्या होतात. निसर्गाच्या या चमत्काराला तुम्ही नतमस्तक होऊन शरण जाता. घडलेल्या घटनेचा तुम्ही अर्थ शोधू लागता. कृतज्ञ भावनेनं तुम्ही शांत होता. खऱ्या मानसिक शांतीचा तुम्हांला साक्षात्कार होतो. कोणत्या शक्तिसमोर आपण नतमस्तक झालो आहोत, हे न कळूनसुद्धा तुम्ही सद्‌गदित होता. ऐहिक, शारीरिक सुखाचा परमावधी होताक्षणी तुम्हांला भौतिक जगाच्या सुखाच्या पलीकडच्या सुखाचा शोध लागतो. तो ताण सहन न होऊन तुमचे डोळे भरून येतात. तुमचा सहचर किंवा सहचारिणी तुम्हांला देवासमान वाटून तिच्या पायांवर डोकं टेकावंसं वाटतं. हा नमस्कार कुणाला असतो?

त्या अदृश्य शक्तीचं मानवी रूपात दर्शन घडावं, यासाठी जीव कासावीस होतो. ते शक्य नसल्यामुळं तुम्ही जर तुमच्या सहचाऱ्याच्या चरणांवर डोकं ठेवलंत, तर समागम पारलौकिक झालाय्, असं समजावं.

एका अर्थानं तुमचा पुनर्जन्म होतो. तुमचा पहिला जन्म तुम्हांला तुमच्या आई-वडिलांकडून मिळाला. हा दुसरा जन्म तुम्हांला तुमच्या समर्पणानं दिला. आनंदाच्या ह्या क्षणाचा वर्षाव करणाऱ्या साथीदारासमोर तुम्ही झुकलात, तर तो पुनर्जन्म. हिंदू संस्कृतीत ह्यालाच 'द्विज' म्हणतात. आयुष्याच्या ह्या महोत्सवात तुम्हीच तुम्हांला जन्म देता. असा सोहळा जेव्हा घडतो, तेव्हा बाहेरचं विश्व नाहीसं होतं. तुम्ही अंतर्मनाच्या वर्तुळात प्रवेश करता. हे अंतर्मनातलं वर्तुळ पूर्ण करणं अत्यंत सोपं आहे. कारण तुमच्यांत एक स्त्री आहे आणि एक पुरुष आहे. या दोन शक्ती एकत्र आल्याशिवाय तुमचा जन्म होऊ शकत नाही. तुमच्या आईनं तुम्हांला काही अंश दिलेले आहेत आणि तुमच्या वडिलांनीसुद्धा. तुमच्यातले आई-वडीलच पुन्हा एकदा एकत्र आलेले आहेत. ते जेव्हा प्रथम एकत्र आले, तेव्हा तुमचा जन्म झाला. तुमच्या समागमात उत्कटतेच्या बिंदूला तुम्ही स्पर्श करून आलात, तर तो अनुभव

म्हणजे आई-वडीलच दुसऱ्यांदा एकत्र आले; आणि ह्या वेळेला तुमच्या आत्म्याचा जन्म झाला.

यालाच 'पारलौकिकत्त्व' म्हणतात.

बाऊलला हेच सांगायचं आहे.

■

कलि आणि कृष्ण एकजीव : नावं दोन!

बाऊल जमातीतील प्रत्येक माणसाचा शोध 'नवीन माणूस' (Novel Man) याच्यासाठी असतो.

हा नवा माणूस नेमका कसा असेल?

आज त्याचं नेमकं उत्तर देणं कठीण आहे.

आयुष्य दोन पद्धतींनी जगता येतं. आपण स्वयंसिद्ध आहोत, या संकल्पनेनं जगता येते. या प्रकारानं जगणारी माणसं फार थोडी, बोटांवर मोजायचं ठरवलं, तर दहावं बोट उघडावं देखील लागणार नाही. बहुतेक सगळी माणसं दुसऱ्या प्रकारात मोडतात. 'मोडतात', म्हणजे खऱ्या अर्थानंच मोडतात. या माणसांना अनंत गोष्टींचा हव्यास असतो. अशा माणसांच्या आयुष्यात पैसा हे सर्वस्व असतं.

काही माणसं वस्तुंच्या मागं लागतात. वस्तू म्हणजे सर्वस्व, अशा चुकीच्या समजुतीवर ही माणसं जगतात. त्यांना वस्तूंचा हव्यास असतो. याचं उत्कृष्ट उदाहरण म्हणजे सिकंदर. त्याला सगळं जग जिंकायचं होतं. पुष्कळ प्रमाणात त्यानं जग जिंकलंसुद्धा; पण मरताना त्यानं आपल्या अनुयायांना सांगितलं,

'मी मेल्यावर माझे हात कफनाच्या बाहेर ठेवा.'

अनुयायी चमकले. त्यांच्यांतील एकजण म्हणाला,

'हा रिवाज नेहमीचा नाही. तुम्ही असं का सांगत आहात?'

तेव्हा सिकंदर म्हणाला,

'सगळ्या जगाला कळू दे, की सगळं विश्व जिंकणारा सिकंदरसुद्धा रिकाम्या हातांनीच जातो. मी रिकाम्या हातानं आलो आणि रिकाम्या हातानं जात आहे. माझं संपूर्ण आयुष्य मी वाया घालवलं.' ह्या माणसाला फार खोलवर विचार करण्याची सवय असावी किंवा एका क्षणात त्याला सत्याचं आकलन झालं. शेवटच्या क्षणी का होईना, रिकाम्या हातांनी येणं आणि रिकाम्या हातांनी जाणं यातलं मर्म त्यानं

ओळखलं. इतकंच नव्हे, तर ते मान्य करण्याइतका प्रामाणिकपणा त्याच्याजवळ होता. इतर अनेक माणसं शेवटच्या क्षणीसुद्धा काहीतरी मिळावं, याची अपेक्षा करत मरतात. काही ना काही जमा करणं, हीच अनेक माणसांची इतिकर्तव्यता असते. तो पैसा गोळा करील, अहंकाराचं जतन करील, तो ज्ञानपिपासू असेल, नाही तर तो सत्तेच्या मागं धावेल. सत्ता, पद, प्रतिष्ठा, मानसन्मान, लोकप्रियता या गोष्टींपैकी कोणत्या तरी एका गोष्टीमागं धावल्याशिवाय माणसाला चैन पडत नाही. काहींना नुसत्या वस्तू गोळा करण्याचा शौक असतो, त्याचं अस्तित्व वस्तुंमधूनच प्रकट होतं.

बाऊल लोकांच्या धारणेनुसार ही सगळी 'म्हातारी माणसं' आहेत. नुसतीच म्हातारी नव्हेत, तर व्याधी-पीडित माणसं आहेत. वस्तू गोळा करत राहणं हे एक प्रकारचं वेडचं आहे. आपण कोण आहोत, याची जाणीव असूनही, ही माणसं वस्तुच्या मागं धावण्यात वेळ, पैसा आणि परिश्रम वाया घालवतात. अशा माणसांना बाऊल जमातीमध्ये काहीही स्थान नाही. जी माणसं शांतचित्त आहेत, आपल्याच जागी स्थिर आहेत, ज्यांना आत्मशोध लागलेला आहे, ती खऱ्या अर्थानं माणसं आहेत.

तुम्ही हा अनुभव घेतलाय् की नाही हे माहीत नाही. कधीतरी एखाद्या नवीन व्यक्तीची ओळख होते. आकर्षित व्हावं, असं त्या माणसाजवळ काहीही नसतं, पण तरीसुद्धा आपण त्याच्यामुळे खूप प्रभावित होतो. एक प्रकारच्या गूढ अवगुंठनात तो वावरत असतो. त्याच्या नजरेतच ते दिसतं. तो राजकारणी पुरुष नसतो, मंत्री किंवा प्रेसिडेंट नसतो; आणि तरीसुद्धा भारावून टाकणारं व्यक्तिमत्त्व त्याच्याकडं असतं. खुर्ची आणि सत्ता यामुळं प्राप्त होणारं महत्त्व अत्यंत क्षुल्लक आहे. सत्ता आणि खुर्ची गेल्यावर त्या माणसाची जी हालत होते, ती बघावी.

रिचर्ड निक्सनचं उदाहरण घेऊ या. तो प्रेसिडेन्ट होता, त्यावेळचा रुबाब आठवावा. सत्ता जाता क्षणी तो एक सामान्य नागरिक झाला. त्याच्या स्वत:जवळ अशी कोणतीच शक्ती नव्हती. सत्तेवर असताना त्याच्या चेहऱ्यावर जी ऐट दिसायची, ती परावर्तित शक्ती होती. अशी माणसं ओळखणं सोपं असतं. त्यांनी आयुष्यभर ज्या गोष्टी जमा केल्या, त्या गोष्टींपासून त्याला बाजूला करा आणि मग अशा माणसाचं व्यक्तिमत्त्व पाहा. अशी माणसं आतून रिकामी होतात.

वरती वर्णन केल्याप्रमाणे पहिल्या गटातील जी माणसं आहेत, ती माणसं स्वयंप्रकाशित असतात. ती माणसं जिथं असतात, तिथं त्यांच्यासाठी आपोआप सिंहासन तयार होतं. ही माणसं फेरफटका करायला निघाली, तर एखादा सम्राट चालला आहे, असं वाटावं, इतका त्यांचा रुबाब असतो. बाह्य जगाशी यांचा काहीही संबंध नसतो.

जी जी श्रीमंती असते, ती उपजत असते.

या संदर्भात एक हकीगत सांगावीशी वाटते. यापूर्वी ही हकीगत जर वाचनात आली असेल, तर वाचकांनी मला क्षमा करावी. डायोजिनिस नावाचा एक पुरुष सिकंदराचा समकालीन होता. डायोजिनिसबद्दल अनेक अख्यायिका, हकीगती सिकंदराच्या कानांवर पडल्या होत्या. एक दिवस अशीच एक हकीगत ऐकल्यावर सिकंदर बेचैन झाला. त्याला प्रत्यक्ष पाहिल्याशिवाय आपल्याला बरं वाटणार नाही, हे सिकंदराच्या लक्षात आलं. त्याला राहवलं नाही. तो शोध घेत-घेत आला.

डायोजिनिस नुकताच आंघोळ करून तिथल्या खडकावर सकाळच्या कोवळ्या उन्हात पडला होता. सिकंदर त्याच्याकडं बघतच राहिला. डायोजिनिस विवस्त्र अवस्थेत होता, हे सिकंदराला जाणवलंपण नाही. पशू-पक्षी नग्न आहेत, असं आपल्याला कधी वाटतं का? त्यांच्याप्रमाणेच डायोजिनिसची नग्नता सिकंदराला नैसर्गिक वाटली. अंगावर सावली पडली, म्हणून डायोजिनिसनं मान वळवून पाहिलं. पाहतो, तो सम्राट सिकंदर.

सिकंदरानंच संवादाला सुरुवात केली.

सिकंदर म्हणाला,

'मी जगज्जेता सम्राट सिकंदर, या क्षणी तू मागशील, ती गोष्ट मी तुला देऊ शकतो.'

डायोजिनिस फक्त हसला आणि म्हणाला,

'मला काहीच नकोय्. पाणी पिण्यासाठी मी जवळ एक भांडं ठेवलं होतं; पण मी जेव्हा बघितलं, की कुत्री-मांजरंसुद्धा नदीमध्ये डायरेक्ट तोंड घालून पाणी पितात. त्या दिवशी भांड्याचंही ओझं नको, म्हणून मी भांडं फेकून दिलं. त्यातूनही मला काहीतरी द्यावं, असं तुला वाटत असेल, तर माझ्यापासून थोडा दूर हो, माझ्या शरीराला मिळणाऱ्या सूर्यप्रकाशाच्या आड येऊ नकोस; आणि आताच नव्हे, तर आयुष्यात कुणाच्याही प्रकाशाच्या आड येऊ नकोस.'

त्या क्षणी सिकंदराला डायोजिनिसचा हेवा वाटला. तो म्हणाला,

'असं वाटतं, की आता तुझ्या शेजारी येऊन बसावं, आणि शांत व्हावं.'

डायोजिनिस म्हणाला,

'हाच क्षण पकड आणि ये इथं!'

सिकंदर गडबडला. मानवी चलबिचल लपवत तो म्हणाला,

'अजून फक्त एकच राज्य जिंकायचं राहिलं आहे. ते जिंकलं, म्हणजे सगळं जग माझ्या ताब्यात आलं, असं होईल. मग मी येईन आणि शांतपणे तुझ्याशेजारी येऊन पडेन.'

डायोजिनिस उपहासानं हसला आणि म्हणाला,

'एकही देश न जिंकता मी शांतपणे इथं पडलोय्. मग तुला काय हरकत आहे? हे जग तू जिंकशील, पण असंच आणखीन एक जग असेल, तर?'

निरुत्तर होऊन सिकंदर परतला आणि त्यानंतरच्या युद्धात तो मारला गेला.

असं म्हणतात, की सिकंदर मेला, त्याच्या अर्धा तास अगोदर किंवा नंतर डायोजिनिस पण मेला. दोघं स्वर्गाची वाट चालू लागले.

सिकंदर हसून म्हणाला,

'शेवटी एक जग्ज्जेता आणि एक साधू एकाच वेळेला एका वाटेवरून जात आहेत.'

डायोजिनिस म्हणाला,

'तू म्हणतोस, ते खरं आहे– फक्त साधू कोण आणि सम्राट कोण, हे ठरविण्याच्या बाबतीत गल्लत करतोय्स. मी मेलो, तेव्हा मला काहीच सोडावं लागलं नाही आणि आता तुझा विचार कर. तुला तुझं सिंहासन, तुझ्या राण्या, तुझं सैन्य, संपत्ती या सगळ्यांचा त्याग करावा लागला.'

ही कथा एवढीच आहे. स्वर्ग किंवा नरक ही भौगोलिक स्थानं नव्हेत. या स्वरूपाच्या कथेतून फक्त आशय घ्यायचा असतो. खरोखरचा स्वर्ग आहे का? आणि तिथं जाण्यासाठी खास वाट लागते का, असले प्रश्न उपस्थित करायचे नसतात. या प्रकारच्या कथा 'ऑडिट'ला पाठवायच्या नसतात. त्यांतली गर्भ-श्रीमंती ओळखून घ्यायची असते.

जो आत्मरत झालेला आहे, तो खरा 'नवा माणूस' (The Novel Man- Boul) खरं पाहता, असा माणूस मानवतेपेक्षाही जुना आहे. तरीही त्याला नवा माणूस असं का म्हणायचं? कारण एकच. हजारो वर्षांतून असा एखादा माणूस जन्माला येतो. कुणी महावीर असतो, कुणी बुद्ध, कुणी कृष्ण, कुणी ख्रिस्त, कुणी मोहंमद ही सगळी माणसं त्यांच्या साम्राज्यासकटच जन्माला येतात.

दुसऱ्या गटात मोडणारी माणसं आणि डायोजिनिससारखी माणसं यातला फरक जाणून घेतला पाहिजे. ज्या माणसांना जास्त, आणखी जास्त, अशी हाव सुटते, तितकी त्यांची आत्मशक्ती कमी कमी होत जाते. कोणती ना कोणती किंमत मोजल्याशिवाय जगात काहीच मिळत नाही. ज्या माणसांजवळ गडगंज पैसा आहे, त्यांनी आपला आत्मा विकलेला आहे. तो सम्राटासारखा दिसत असला, तरी आतून तो भिकारी आहे. स्पर्धा करणारा माणूस कुणावरही प्रेम करू शकत नाही. राजकारण खेळणारी माणसं कधीही प्रेमात पडणार नाहीत. त्यांच्याजवळ फक्त घोषणा असतात. त्याचप्रमाणे प्रेम करणारा समाजही या लोकांना आवडत नाही. कारण एकदा भावनात्मक पातळीवर गुंतवणूक झाली, की संघर्ष करणं कठीण होऊन बसतं. एवढ्यासाठीच राजकारणी लोकांना प्रेमळ नागरिक नको असतात. आपल्या देशात

तर एकूण पक्ष किती आहेत, हे मोजताच येणार नाही. झाडावर जमणारे पक्षी एक वेळ मोजता येतील; पण सचिवालयाच्या पॅरापेटवर किती पक्षी आहेत, हे सांगता येणार नाही. कोणत्याही दोन पक्षातला समझोता राजकारणी लोकांना आवडत नाही. समझोता झाला, म्हणजे आपलेपणा निर्माण झाला. आपलेपणाच्या चक्रात माणूस गुरफटला, म्हणजे तो कोणाशी संघर्ष करीत नाही. संघर्ष संपला, की राजकारण संपलं. संघर्षच संपला, तर नेता कोण? आणि पुढारी कोण? मंत्रिपद कशासाठी, असा पेच निर्माण होईल.

हिप्पी लोकांपासून अमेरिकेत आजही काही लोकांना भीती आहे, असं वाटतं. त्यांची जी घोषणा आहे, 'Make love; not war' त्या घोषणेचीच त्यांना दहशत आहे. आतापर्यंतच्या इतिहासात 'युद्ध नको, प्रेम करा' हे सांगणारी लाट पहिल्यांदाच आली. त्यांचा समाज जर मोठामोठा होत गेला, तर राजकारण संपलंच. मग प्रेसिडेंटपण उरणार नाहीत, प्रिमियरपण उरणार नाहीत. प्रेमासारखी एकच गोष्ट नैसर्गिक आणि वैयक्तिक ताकदीवर उभी आहे. स्पर्धा म्हणताक्षणी पक्ष आला. महत्त्वाकांक्षा म्हटलं, म्हणजे काहीतरी ध्येय आलं, पण मनाची श्रीमंती आली, की वेगळंच राज्य सुरू होतं. या श्रीमंतीत फक्त आनंदच आनंद असतो, स्पर्धा नसते. तुम्ही काहीतरी कर्तृत्व करून दाखवावं, अशी मागणीच नसते.

महत्त्वाकांक्षेचं वेड तुम्ही सोडता क्षणी या प्रेमाच्या राजधानीचे तुम्ही मालक होता. बाऊल असं म्हणतो,

'ज्या माणसाला वस्तुंमधला निरर्थकपणा समजलाय्, तो माणूस धार्मिक. याउलट, तुम्ही काही ना काही मिळवायच्या मागं लागलात, की त्याक्षणी संघर्ष आला, दुसऱ्यांना दुखवणं आलं, पुढं जाणाऱ्या माणसाचे पाय ओढणं आलं. अशा माणसांना फक्त उच्च शिखर दिसत असतं. ते गाठत असतांना आपण किती लोकांना तुडवलं, किती मनं दुखवली, याचं भान नसतं.' जो आत्मसिद्ध आहे, अशा माणसाला तुम्ही कधी पाहिलंत का? अशा माणसाच्या प्रवासात दिशा असते, पण मुक्कामाचं ठिकाण नसतं. तो स्वयंप्रकाशित असतो. तो एखाद्या नदीप्रमाणे मुक्त विहार करतो. त्याचा प्रवास हा रेल्वेसारखा दोन रुळांवरून होत नाही. त्याच्या वागण्यात तुम्हांला सातत्य दिसणार नाही. सातत्य हे तर्कनिष्ठ मनाचं, एक रूप आहे. ह्या रूपाचं प्रत्यक्ष अस्तित्त्वाशी काहीही नातं नाही. अशा माणसांना जाणून घेण्यासाठी आपली दृष्टी खूप तीक्ष्ण हवी. पण अशा माणसांकडं सहसा आपलं लक्ष जात नाही. आपलं मन सामान्य माणसांच्या भोवतीच फिरत राहतं. 'बाऊल' ज्याला 'सहज मनुष्य' म्हणतो किंवा चैतन्य मानव म्हणतो, त्याचा तुम्हांला प्रत्यय येत नाही. सामान्य माणसाला पाहण्यासाठी नुसता कटाक्ष पुरे. बारीक नजर ठेवण्याची आवश्यकता नाही. मग तीक्ष्ण अवलोकनाची तर गरजच पडत नाही. इथं सहज

मनुष्याचं सामर्थ्य. पण जिथं आपण सामान्य माणूस म्हणूनसुद्धा कमी पडतो, आपलं प्रेमही मग सामान्य पातळीवरच राहतं.

मुल्ला नसरुद्दीननं त्याच्या प्रेयसीला म्हटलं,

'ही हिऱ्याची अंगठी 'एंगेजमेंट रिंग' म्हणून मी तुझ्यासाठी घेतलीय्, या अंगठीसाठी मी किती पैसे उडवले, तो आकडा फक्त विचारू नकोस.'

'अय्या, किती छान आहे! खूप भारीची आहे; पण या खड्यात, हजारो रुपये खर्च करूनसुद्धा बारीकसा डाग आहे.'

मुल्ला म्हणाला,

'प्रेमात पडल्यानंतर असं म्हणतात, Love is blind.'

प्रेयसी पटकन म्हणाली,

'Blind? I know. But I am not stone-blind.'

प्रेमात पडलेला माणूससुद्धा प्रेमासारखी अलौकिक घटना आयुष्यात घडूनही सामान्यच राहतो.

बाऊल म्हणतात,

Come if you wish to meet

the novel man.

He has abandoned

his worldly possessions

for the beggar's sack

that hangs from his shoulder

थोडक्यात, बाऊल म्हणजे भौतिक सुखाकडं पाठ फिरवलेला माणूस. जे जवळ आहे, ते सगळ्यांना वाटून टाकणं, अभिभौतिक सुखाचा आनंद घेणं, हे फक्त धनवान लोकांनाच कळेल. सोडून देण्यासाठी काही गोष्टी प्रथम मिळवाव्या लागतात. महावीर आणि बुद्ध– दोघंही संपन्न अवस्थेतच जन्माला आले. त्यांना पैशांचा उबग येणं साहजिक होतं. पण काही माणसं दुसऱ्या प्रकारचीही असतात. स्वर्गामध्ये काही ना काहीतरी मिळावं, या अपेक्षेनं ते भौतिक सुखाकडं पाठ फिरवतात. त्याचप्रमाणे मृत्यू एकूण एक गोष्ट हिरावून घेऊ शकतो, या जाणिवेनंही काहीजण त्यांचं संपन्न आयुष्य बाजूला सारतात. अशा माणसांनी केलेला त्याग सहज समजून येतो. त्याच्याकडं बारकाईनं पाहिल्यानंतर त्यांचा त्याग त्यांच्या डोळ्यांमध्ये उतरलेला दिसतो.

प्रचंड पैसा असलेला माझा एक मित्र आहे. तो जाता-येता दानधर्म केलेल्या गोष्टी सांगतो. मी त्याला काही बोलत नाही, पण प्रत्येक वेळेला त्याच्या डोळ्यांत मला पैशाबद्दलची ओढ दिसून येते. ते पाहिल्यानंतर या माणसानं मनापासून दान केलं

असेल का, हीच शंका मनात येत राहते.

त्याग कशाला म्हणतात? पैसा, संपत्ती– त्यातलं वैफल्य लक्षात आल्यानंतर जर दान केलं असेल, तर तो खरा दाता. तो खरा त्याग. बाऊल जमातीच्या लोकांना अभिप्रेत असणारा नवा माणूस ह्याप्रमाणे आहे.

बाऊल पुढं म्हणतात,

My plaited hair
is still intact & dry.
Thouth I stand in the stream
and splash and swim about the river.
I can not be touched by the water.
Keep your soles dry
as you coast the sea.
Let attachments share the same home
but live unattached.
Groping for the river,
Oh my senseless heart!
In vain do you wander plae to place.
The ocean of your heart
bears a priceless gem.
What good is life
if you fail to contact
the spontaneous man
who dwells in your own body?
Your destiny is shamed.
Do not give up gold
for a piece of glass,
nor leave heaven
for a visit to hell.
What good is there
in rushing round the world?
The eternal hero lives
in your own little room.
Who is there

for you to call your own?
My heart,
for whom do you shed
your futile tears?
Brothers and friends, let them be;
the world is there.
Your own dear life
is hardly your own.
You have come alone,
you will go alone.....

सर्वसंगपरित्याग करणाऱ्या माणसाजवळ खूप दूरदृष्टी असते. तितक्याच प्रमाणात समजशक्ती असते; आणि याहीपेक्षा प्रत्येक सुखातलं वैयर्थ्य त्याला जाणवलेलं असतं. अर्थात हे सगळं करण्याकरिता या जगापासून पळून जाण्याची आवश्यकता नाही. संसारात राहूनदेखील तुम्ही विरक्त राहू शकता. त्यातूनही हे जगण्याचं ओझं का बाळगायचं, असा विचार मनात आला, तर तुम्ही हे जग सोडूनही जाऊ शकता. पण मूलत: ह्या जगाला काहीच किंमत नाही, असं तुम्हांला वाटलं, तर तुमच्या मरणालाही काही अर्थ नाही. तुम्ही इथं आला आहात आणि केव्हातरी जाणार आहात. जीवन आणि मरण यांत जे अंतर असतं, त्याचं नाव आयुष्य. हे दोन्हींतलं जे अंतर आहे, त्याचं रहस्य जाणून घेणं, म्हणजेच नवीन माणसाचा उगम आहे.

He speaks of the eternal mother
(Kali, the goddess of time)
even as he enters the Ganges.

हा जो सहज मानव आहे, तो शाश्वत आहे. सामान्य माणसं काही काळ जगतात. कलि काळाची जननी, असं बाऊल मानतात. पण ही जननी वेळेच्याही 'पल्याड' आहे. वेळेचा जन्म काळातून होतो. काळ हा शाश्वत आहे; आणि वेळ म्हणजे शाश्वत काळाचं प्रतिबिंब आहे.

बाऊलची काळावर श्रद्धा आहे आणि त्याच्यापाठोपाठ त्यांचा विश्वास शाश्वतावर आहे. प्रतीकात्मक अर्थातून ते कलीचा शोध घेतात– म्हणजेच काळाचा प्रारंभ जिथून झाला असेल, त्याच्या शोधामध्ये बाऊल मग्न असतो.

'काळ' हा शब्द मोठा मजेदार आहे, फार अर्थपूर्ण आहे. काळ म्हणजे वेळ असंही म्हणता येतं आणि काळ म्हणजे मृत्यू असंही म्हणता येतं. 'काळ' हा शब्द अत्यंत देखणाा आहे. कारण काळ म्हणजे मरण. दोन्हींकरिता एकच शब्द. तुम्ही जेंव्हा 'वेळ' मानता, त्याच क्षणी तुम्ही मरणाचा स्वीकार केलेला आहे. तुमच्या जन्माबरोबरच

मृत्युनं तुमच्या शरीरात आगमन केलेलं आहे. वाढदिवस हा एका अर्थानं मृत्युदिन असतो. इतर सगळ्या गोष्टी फोल आहेत. त्या मिळतील अथवा उभ्या आयुष्यात मिळणारही नाहीत; पण एक गोष्ट निश्चित आहे, ती म्हणजे, मृत्यू. जीवनात आणि वेळेत प्रवेश करणं म्हणजे मरणातच प्रवेश करण्यासारखं आहे.

जन्म आणि मृत्युच्या तडाख्यातून फक्त कलि सुटलेला आहे. कारण दोन्हींचा उगम कलीतच होतो. जे जे शाश्वत आहे, त्याला मरण नाही. शाश्वत वस्तू शोधणार कोण? आणि कशा? त्यासाठी वेळेचा धर्म जाणून घ्यायला पाहिजे.

वेळेचं स्वरूप 'हॉरिझॉन्टल' म्हणजे आडव्या रेघेनं दाखवता येतं. रेल्वेच्या डब्याप्रमाणे वेळ म्हणजे आडवी रेघ. एक डबा जातो. दुसरा येतो, दुसरा जातो, तिसरा येतो. वेळेचं तसंच आहे. सूर्याचं भ्रमण जरी गोलाकार असलं, तरी आपल्या नजरेला ते आडवंच दिसतं. शास्त्रीय दृष्टिकोनातून नव्हे; पण सूर्योदय आणि सूर्यास्त आपल्याला एकाच पातळीवर दिसतात.

शाश्वत गोष्ट मात्र उभ्या रेघेत असते. तुम्ही स्वत:ला खोलवर घेऊन जा. अशी कल्पना करा, की तुम्ही नदीच्या काठावरती उभे आहात. नदीचं पाणी सातत्यानं वाहत आहे. तुम्ही एका नदीत दोनदा आंघोळ करू शकत नाही. कारण तुम्ही नदीत पाय ठेवलात, म्हणजे त्या वेळेचं पाणी वाहून जातं. नदीमधून बाहेर पडतानाचं आपल्या पायाखालचं पाणी वेगळं असतं. माणसाची जगण्याची तऱ्हा अशीच असते.

दुसरीसुद्धा एक पद्धत आहे. नदीच्या प्रवाहात झेपावून उडी घेणं, सूर मारून तळ गाठणं. हे घडेल, तेव्हा त्या क्षणी वेळ थांबलेला असतो. या उभ्या (Vertical) डायमेन्शनला उद्देशून 'शाश्वत' शब्द वापरला आहे.

येशू ख्रिस्ताचा क्रॉस हे हॉरिझॉन्टल आणि व्हर्टिकल याचं उत्कृष्ट उदाहरण आहे. एक उभी रेघ आणि एक आडवी रेघ. येशू ख्रिस्ताचा हा सिम्बॉल आहे. तो जो क्रॉस आहे, त्याला 'टाईम सिम्बॉल' म्हणता येईल. क्रॉसच्या आडव्या भागावर येशू ख्रिस्ताचे दोन्ही हात आहेत आणि उभ्या भागावर त्याचं संपूर्ण अस्तित्त्व आहे. कोणतंही काम करायचं असलं, म्हणजे ते हातांच्या मदतीशिवाय होत नाही. म्हणूनच छोट्या मोठ्या कोणत्याही कामाचं नातं वेळेशी असतं, तर तुमचं स्वत:चं अस्तित्त्व हे उभ्या असलेल्या दांड्यावर असतं. ज्या ज्या कामाला काळ-वेळाची गरज आहे, ते सगळं कार्य 'हॉरिझॉन्टल प्लेन' मध्ये असतं. याउलट, तुमच्या ज्या ज्या वृत्ती आहेत, त्या व्हर्टिकल लाईनमध्ये म्हणजे शाश्वत आहेत. यासाठीच हालचाली कमी करून, शांत राहून, शाश्वताचा शोध घ्यावा.

हा बदल जर तुमच्यांत घडेल, तर 'इटर्निटी'चा अर्थ तुम्हांला समजेल. हा बदल घडला, तर एका क्षणात घडतो. यालाच क्रांती म्हणतात.

काळ हा शाश्वत अवस्थेचा सिम्बॉल आहे. त्याचं हे स्वरूप चिरंतन आहे. हे स्वरूप समजण्याचा चमत्कार जर तुमच्या आयुष्यात घडला, तर एक क्रांती होईल. भूतकाळ आणि भविष्यकाळ यांचा विचार न करता तुम्ही क्षणाक्षणानं जगलात, तर बाऊलच्या संकल्पनेप्रमाणे तुम्ही 'नॉव्हेल मॅन' व्हाल.

येशूचा क्रॉस म्हणजे भौतिक आणि अधिभौतिक यांचा संगम आहे. आडवे पसरलेले हात हे एका अर्थानं संसाराचं प्रतीक म्हणायला हरकत नाही; आणि क्रॉसमधला उभा भाग हे अधिभौतिकाचं प्रतीक मानता येईल.

Simple words can overcome
ignorance and disbelief :
Kali and Krishna are one-
The words may differ.
the meaning is precisely the same.
He who has broken
the barrier of words
has conquered limits :
Allah or Jesus, Moses or Kali,
the rich or the poor,
sage or fool,
all are one and the same to him.

लहान लहान शब्दांमध्ये खूप मोठी ताकद असते. तुम्ही समग्र चित्तानं लक्ष द्याल, तर हे खूप सोपं आहे, याची तुम्हांला जाणीव होईल. शंका-कुशंकांनी भरलेलं मन घेऊनच तुम्ही ऐकण्याचा प्रयत्न केलात, तर साधे साधे शब्दही तुमच्यापर्यंत पोहोचणार नाहीत. तुमचं अज्ञान आणि तुमचा अविश्वास– दोन्ही दूर करण्याची ताकद मोठमोठ्या बोधवचनांत नसून सरळ साध्या शब्दांत असते.

फिलॉसॉफीपासून बाऊल खूप अंतरावरती आहेत. ते अत्यंत साधे लोक आहेत.

Simple words can overcome
ignorance and disbelief :
Kali and Krishna are one.

बाऊल असं म्हणतात, की आमच्या लेखी हिंदू, मुसलमान, ख्रिश्चन सारखेच; इतकंच काय आम्ही काली आणि कृष्णा यांच्यातही फरक करीत नाही. काली म्हणजे कलि. बाऊल लोक याही पुढं जाऊन म्हणतात, आम्ही स्त्री-पुरुषसुद्धा वेगवेगळे मानत नाहीत. तुम्ही खऱ्या अर्थानं नाच आणि गाण्यात तल्लीन झालात किंवा वारकऱ्यांप्रमाणे तुमची ब्रह्मानंदी टाळी लागली, तर तुमच्या लक्षात येईल,

की भावसमाधीत गेल्यानंतर स्त्री आणि पुरुष हा भेद राहत नाही.

अत्यंत प्राचीन काळी काही देशांतून अशी समजूत होती, की परमेश्वरानं स्त्री आणि पुरुष यांना वेगवेगळं घडवलंच नव्हतं. त्या दोघांना परमेश्वरानं एकच शरीर दिलं होतं. ही कल्पना अर्थातच पौराणिक मानावी लागेल. (Myth) पण असं केल्यामुळं फार कष्टप्रद परिस्थिती निर्माण झाली. बाईला कुठंतरी एके ठिकाणी जावं, असं वाटायचं; आणि पुरुषाचा त्याला नकार असायचा. माणसाला काहीतरी धडपड करावीशी वाटायची, त्या वेळेला बाईला विश्रांतीची गरज वाटायची. शेवटी दोघांनी परमेश्वराचा धावा केला. आजतागायत पुरुष योग्य स्त्रीच्या शोधात आहे आणि स्त्रीसुद्धा समानधर्मवृत्तीच्या पुरुषाच्या शोधात आहे.

आताच्या लोकसंख्येचा विचार केला, तर लक्ष्मी-नारायणासारखी जोडी किती ठिकाणी दिसेल?

त्याच पौराणिक कथेत त्यांनी असं म्हटलेलं आहे, की असा जोडीदार मिळाला, तर एक अद्वैत निर्माण होतं. ते दोघं पुन्हा एकजीव होतात. फक्त तसा साथीदार मिळायला हवा.

योग्य जोडीदार मिळणं ही अवघड गोष्ट नाही. पुरुष जेव्हा एखाद्या स्त्रीच्या प्रेमात पडतो, तेव्हा नेमकं काय होतं?

त्याच्या मनात स्त्रीची जी प्रतिमा असेल, त्या प्रतिमेशी जुळेल, अशी व्यक्ती प्रत्यक्षात भेटते.

हीच गोष्ट स्त्रियांच्या बाबतीत घडते, म्हणूनच अनेक माणसं प्रथमदर्शनी एकमेकांच्या प्रेमात पडतात.

मला स्वत:ला असं वाटतं, की पुरुष आणि स्त्री वयात आल्यापासून एका विशिष्ट प्रतिमेवर प्रेम करत असतात. त्या चित्राच्या जास्तीत जास्त जवळ जी व्यक्ती जाईल, तिच्याशी ते लग्न करतात. या विवाहात शंभर टक्के साम्य जुळणारी व्यक्ती दुर्मिळच. कधी कधी एखादी छटा जरी जुळणारी असेल, तर तेवढ्यावरच समाधान मानावं लागतं.

मनातल्या प्रतिमेशी शंभर टक्के जुळेल, अशी व्यक्ती जीवनसाथी म्हणून मिळणं हे जवळपास अशक्य आहे. म्हणूनच नव्व्याण्णव टक्के संसारातून नाइलाजानं 'जमवून' घेणाऱ्या व्यक्ती दिसतात. एका अर्थानं एकमेकांच्या सहनशीलतेवरच संसार उभे असतात.

बाऊल म्हणतात,

'खोल अंत:करणात कृष्ण आणि कलि एकत्र नांदत असतात. त्यांची भेट घडवून आणणं हेच सगळ्या जीवनाचं मूळ सूत्र आहे. हे एक प्रकारचं तंत्र आहे. योग्य माणसाला योग्य पत्नी मिळाली, तर एक वर्तुळ पूर्ण होतं.' बाऊल लोकांचा हाच

प्रयत्न असतो. अशा प्रकारचं अद्वैत जिथं जिथं साकारून येतं, तिथं तिथं प्रवासास प्रारंभ आहे; पण हा दिगंताचा प्रवास आहे, म्हणून त्याला अंत नाही. इथंच एका वाक्यात सांगता येतं,

Simple words can overcome

ignorance and disbelief :

Kali and Krishna are one.

The words may differ-

the meaning is precisely the same.

He who has broken

the barrier of words

has conquered limits :

ओशो म्हणतात,

शब्दांच्या भिंती पाडून टाका, मी आता तुमच्याशी बोलत आहे. तुम्ही फक्त शब्दांच्या मागं पळत सुटलात, तर तुमच्या हाती काही लागणार नाही. शब्द हा अडथळा न ठेवता, त्या शब्दांचं वहन झालं पाहिजे. बोलता-बोलता मध्ये जी एक शांतता पसरते, त्यातला सूरही तुम्हांला ऐकू यायला पाहिजे. शब्दाच्या आधीन झालेल्या गोष्टीला मर्यादा असतात. तुम्ही भावरूपानं ऐकलंत, तर सगळ्या सीमारेषा पार केल्याप्रमाणे होईल. मग तुम्ही म्हणाल,

Allah or Jesus, Moses or Kali,

the rich or the poor,

sage or fool,

all are one and the same to him.

हाच बाऊलला अभिप्रेत असेलला सहज मानव, नवा माणूस. आता इथं द्वैत नाही. स्त्री-पुरुष हाही भेद नाही.

भाषेतून द्वैत निर्माण होतं; भाषेतून अद्वैत व्यक्त करता येत नाही. मी नुसता 'दिवस' हा शब्द उच्चारला, की पाठोपाठ 'रात्र' आली. मी 'जीवन' असं म्हटलं, की पाठोपाठ मरण आलंच. त्याचप्रमाणे नकाराच्या मागं होकार उभा असतो. देव म्हटलं, की दैत्य आलेच. हे सगळे शब्दाचे पाश तर तुम्ही तोडून टाकलेत, तर दिवस आणि रात्र हा भेदही राहणार नाही.

Lost in his own toughts,

he seems insane to others.....

याचं कारण तो आता चैतन्यरूप आहे. नुसते शब्द त्याचं विभाजन करू शकत नाहीत. तो तुम्हांला साथ देत राहतो, तो म्हणतो, तुम्ही नुसते या. बोट तयार आहे.

या साद घालणाऱ्या माणसाची बोट म्हणजे जीवनाला छेद देणारी नव्हे. किनाऱ्याशी घट्ट बांधलेली ही बोट आहे आणि तो म्हणतोय्,

'लवकर या, मी तुम्हांला पैलतीराला घेऊन जातो.'

■

दिग्दर्शन अंतहीन!

ओशोंना अनेक प्रश्न विचारले गेले. त्यापैकी एक प्रश्न फार मार्मिक होता. 'अंतरंगाच्या दिशेनं प्रवास करणाऱ्या माणसाला फक्त दिशादर्शक असतो, पण मुक्कामाचं ठिकाण नसतं. ह्या दोन्हींत नेमका फरक काय आहे?'

'जो फरक आहे, तो अत्यंत सूक्ष्म आहे. हृदय आणि अंत:करण, तर्क आणि प्रेम किंवा याहीपेक्षा स्पष्ट भाषेत सांगायचं, तर गद्य आणि पद्य यांत जेवढं अंतर आहे, तेवढं अंतर दिशादर्शक आणि मुक्काम यांत आहे. मुक्काम ही अत्यंत ढोबळ वस्तू आहे; आणि दिशादर्शन म्हणजे प्रेरणा. मुक्कामाचं ठिकाण तुमच्यापासून अंतरावर असतं. दिशादर्शन हा तुमचा आतला हुंकार असतो. दिशादर्शन हा एक प्रकारचा 'फील' आहे. भासमान होणारी गोष्ट आहे. वस्तुच्या रूपानं तुम्हांला ती दाखवता येणार नाही. मुक्कामाचा संबंध अंतराशी असतो. तुमच्या मनात मुक्कामाचं ठिकाण पक्कं झालं, म्हणजे त्या दिशेनं तुमची हालचाल सुरू होते.'

तुम्ही तुमचं भविष्य कसं काय ठरवू शकता? जे अप्रकट आहे, ते वस्तुसारखं दाखवता येईल का? आताच्या क्षणी जे अज्ञान आहे, त्यालाच भविष्य म्हणतात. तुम्ही मुक्कामाचं ठिकाण निवडलंत, म्हणजे तुम्हांला भविष्यकाळच राहत नाही. वस्तुत: भविष्य म्हणजे अनंत वाटा. सगळ्या दिशांकडं जाणाऱ्या अनंत वाटा. कोणत्या वाटेनं जायचं, हे ठरवण्याकरिता तुम्हांला भरपूर प्रमाणात सवलत देतो, तो भविष्यकाळ. तुम्ही फक्त एकाचीच निवड करता. त्यामुळं इतर सगळ्या वाटा तुम्हांला कायमच्या दुरावतात. ज्या दिशेची तुम्ही निवड करता, तिचा भविष्यकाळ भूतकाळात विलीन होतो. तुम्ही ही जी नवी दिशा शोधता, ती कशाच्या आधारावर? भूतकाळात आलेल्या अनुभवावरून तुम्ही दिशा पक्की करता. तुम्ही भूतकाळाचीच पुनरावृत्ती करता. फक्त त्यात कदाचित जास्त सोयी असतात, आरामही असतो. इकडं-तिकडं काही बदल करता, एवढंच. हे बदलसुद्धा भूतकाळावर अधिष्ठित झालेले असतात. एखाद्या यंत्राप्रमाणे तुम्ही पूर्वीचंच काम करीत राहता.

याउलट दिग्दर्शन. ते कायम टवटवीत असतं. दिग्दर्शनाला भूतकाळपण नाही; आणि भविष्यकाळही नाही. तो त्या क्षणाचा उद्गार असतो. आताच्या क्षणाचा टवटवीतपणाच पुढच्या क्षणाला जन्म देतो. हे दिग्दर्शन आपण करीत नाही. ते आपल्यावर लादलेलंही नसतं. ते उत्स्फूर्त असतं, उत्कट असतं. ह्या क्षणालाच बाऊल 'सहज मनुष्य' (Spontaneous man) म्हणतो. हा उत्स्फूर्त मानवच तुम्हांला सहज मानवाकडं नेईल. या बाबतीत दिग्दर्शनाची आवश्यकता नाही. वर्तमानकाळात जगणं हाच त्याचा मार्ग आहे. त्याच क्षणातून दिग्दर्शन आपोआप फुलून येतं.

ज्याला नर्तनकला येते, तो ठरवून नृत्य करत नाही. त्याच्या चेहऱ्यावरचे भाव आणि हातापायांची हालचाल, सगळं विनासायास घडतं.

मुक्काम हा मनाचा शोध आहे. याउलट दिग्दर्शन जगण्याच्या कलेतून साधतं. मुक्काम तर्कशुद्ध असतो. काही लोकांना डॉक्टर व्हावंसं वाटतं. काही लोकांना इंजिनीअर, शास्त्रज्ञ, राजकारणी, प्रसिद्ध पुरुष किंवा अत्यंत श्रीमंत माणूस व्हावंसं वाटतं. ही सगळी मुक्कामाची ठिकाणं आहेत.

आयुष्याच्या अंतरंगात खोलवर बुडी मारून जो मुक्त होतो, त्याच्या बाबतीत आयुष्यच निर्णय घेतं. काहीजण जीवनाचा समग्र आस्वाद घेतात आणि त्यामुळंच प्रसन्न राहतात. भूतकाळाचा सर्वांगीण अनुभव घेतल्यावर भविष्याची वाट आपोआप तयार होते. तरीसुद्धा एक गोष्ट लक्षात ठेवणं आवश्यक आहे. हा आकार तुम्ही दिलेला नव्हे, तर तो तुम्ही कमावलेला आहे. भविष्य म्हणजे दिग्दर्शन, मुक्काम नव्हे. ते निर्वाणासारखं असावं. गौतम बुद्धांनी हा शब्द प्रथम वापरला. त्यांनी पुढं असंही सांगितलं, 'तुम्हांला इथं ज्या गोष्टींची माहिती आहे, तसं तिथं काही नसेल. ज्या ज्या गोष्टींचा तुम्ही इथं अनुभव घेतलात त्यापैकी निर्वाणानंतर काहीही उरणार नाही. ते काहीतरी वेगळं असेल, पण नक्की काय असेल, ते व्यक्त करता येत नाही.' त्या अज्ञात गोष्टीचं वर्णन करता येत नाही. त्या अज्ञात गोष्टीचं वर्णन करण्यासाठी आपल्याकडं शब्दच नाहीत.

निर्वाण म्हणजे दिग्दर्शन. मुसलमान जमातीतील माणसं नंदनवनाला 'फिरदौस' म्हणतात. ख्रिश्चन आणि मुसलमान यांच्या स्वर्गाबद्दलच्या कल्पना अत्यंत स्पष्ट आहेत. सामान्य माणसांच्या बाबतीत, त्यांना कोणीतरी मुक्कामाचं ठिकाण सांगेल, याची जरूरी वाटते. ही माणसं स्वत:चे आदर्श ठरवू शकत नाहीत. स्वत:वरचा विश्वास उडाल्यामुळं त्यांचा स्वत:च्या आयुष्यावरही विश्वास नाही. अशी माणसं संशोधनाला घाबरतात. वास्तविक संशोधनामध्ये आयुष्याचं सूत्र लपलेलं आहे. निष्पाप माणसंच संशोधनाच्या मागं लागतात. आश्चर्यचकित होण्याची त्यांना भूक असते आणि जीवन हे इतकं विराट आहे, की त्याच्या रहस्याचा शोध एका जन्मात घेता येणार नाही. दिग्दर्शन हे अत्यंत गतिमान असतं. मुक्काम ही निर्जीव गोष्ट आहे.

मुक्कामाला पोहोचलेला माणूस शांत असतो. त्याला कुठलाही धोका नसतो. त्याला फक्त स्वास्थ्य असतं. या चांगल्या परिस्थितीचं हळूहळू गर्वात रूपांतर होतं. एकाच ठिकाणी तळ ठोकून राहणाऱ्या माणसाला इतरांच्या मदतीची गरज वाटत नाही. म्हणून सगळ्यांशीच तो ताठ्यानं वागतो.

याउलट उघड्या जगात वावरणारा माणूस. उघड्या जगात वावरण्याकरिता प्रचंड धाडस लागतं. स्वत:चा स्वत:वर विश्वास असावा लागतो. हा प्रवास अंधारातला असतो. सोबत वाटाड्या नाही, कुणाचं मार्गदर्शन नाही. त्याचा अर्थ हा माणूस स्वयंभू आहे. अशा माणसाचा प्रवास हा फक्त बाहेरच्या दिशेनं होत नाही. अनेक अनोळखी मुक्कामाची ठिकाणं शोधता-शोधता त्याचा स्वत:चाही शोध सुरू असतो. त्याचा प्रत्येक शोध, हा अंतर्मनाचा शोध आहे.

यानंतर ओशो म्हणतात;

'मी तुम्हांला मुक्कामाचं ठिकाण सांगणार नाही. मी फक्त दिशा सांगेन. तुमच्या अंत:करणाला साद घालेन. पाऊलापाऊलावर तुम्हांला आश्चर्यचकित करीन. मी तुम्हांला नकाशाही देणार नाही, पण शोध पूर्ण करण्याकरिता मी तुमच्या मनात प्रचंड आकांक्षा निर्माण करीन. त्यानंतर मी तुम्हांला एकट्याला सोडेन. तुमच्यासमोर एक न संपणारा रस्ता असेल आणि स्वत:च्या अंत:प्रेरणेमुळंच तुम्हांला तो पार करावा लागेल.'

एकदा स्वत:ला आयुष्याच्या हाती देऊन बघा. कारण अस्तित्त्वावरच आपलं वास्तव्य सोपवणं, म्हणजे देवावर विश्वास ठेवणं. आयुष्य हाच देव. म्हणूनच परमेश्वरानंच तुम्हांला मृत्युच्या स्वाधीन केलं, तर घाबरण्याचं कारण नाही. कारण त्याच्याही मनात काहीतरी योजना आहे. वेगळं ज्ञान, वेगळं रहस्य असू शकेल. तुमच्यासाठी तो सगळी दालनं उघडी करीत आहे. हे करण्यामागं एखादं ज्ञानसुद्धा असेल.

या बाबतीत प्रसिद्ध तत्त्वज्ञ 'रिन्झाइन' याचं उदाहरण घेता येईल. तो मृत्युशय्येवर होता. शेवटचा क्षण जवळ येत होता. त्याच्या एका शिष्यानं त्याला विचारलं,

'तुम्ही गेल्यावर आम्हांला तुमच्या संदर्भात मोजक्या शब्दांत नेमकेपणानं काय सांगायचं, हे तुम्ही सांगून ठेवा.'

रिन्झाइननं सगळ्या शिष्यवर्गाकडं बघितलं. आपल्या सगळ्या शिष्यांना एक 'रेडिमेड डिश' हवीय्, हे रिन्झाइननं ओळखलं. आपल्या सहवासात इतकी वर्षं राहूनही शिष्यांनी आपल्यापासून काही घेतलं नाही, असाच त्याचा अर्थ झाला.

भिंती हादरून जातील, एवढ्या मोठ्या आवाजात रिन्झाइन उत्तरादाखल फक्त ओरडला. दुसऱ्याच क्षणी तो गेला. अर्थात शिष्यांना काहीच अर्थबोध झाला नाही. ज्याची जीवनावर श्रद्धा आहे, तो वेगळ्या अर्थानं धार्मिक आहे, असा माणूस मृत्यूचं

दालन खुलं झाल्यावर त्या दाराकडंही तो आश्चर्यानं पाहतो आणि मोठ्यांदा ओरडून म्हणतो,

'हे असं आहे!'

रिन्झाइनच्या ओरडण्याचाही हाच अर्थ होता.

ओशो नंतर म्हणाले,

'हे असं आहे' हीच सर्वात मोठी प्रार्थना आहे. अस्तित्त्वावर तुम्ही स्वत:ला सोडलंत, तर तुम्हांला दिशा आपोआप मिळेल. त्यासाठी काळजी करण्याचं कारण नाही आणि एखादीच गोष्ट मनात पक्की करून ठेवण्याचंही कारण नाही. तुम्ही विजयी व्हाल किंवा पराभूत व्हाल. आनंदात असाल किंवा विषण्ण मन:स्थितीमध्ये असाल. प्रत्येक क्षणी 'हे असं आहे' अशी धारणा बाळगू शकलात, तर आयुष्य सोपं आहे.

दुसरा प्रश्न.

'ग्रीक देवालयांतून दगडांवर ठिकठिकाणी कोरलेलं एकच वाक्य : Know Thyself; पण त्यांनी Love Thyself असं का नाही म्हटलं?'

'ग्रीक धर्मामध्ये ज्ञान प्राप्त करून घेण्याची लालसा आहे. नुसती ओढ नव्हे, तर लालसा. म्हणून ग्रीक धर्मामध्ये अनेक तत्त्वज्ञ, विचारवंत, तर्कशास्त्र जाणणारे बुद्धिवंत जन्माला आले. प्रेम किंवा 'पॅशन' हा शब्द त्यांच्या कानांवरून गेलेला नव्हता. माझ्यामते सगळ्या जगात दोनच तत्त्वांची आराधना करणारी माणसं आहेत. ग्रीक आणि हिंदू. हिंदू लोक 'पॅशन' म्हणजे काय, हे समजून घेण्याच्या भानगडीत पडत नाहीत. त्यांना प्रत्यक्ष त्या अवस्थेत जगायला आवडतं. हिंदूंच्या तत्त्वप्रणालीत 'होण्या'पेक्षा 'असणं' हे जास्त महत्त्वाचं आहे. 'मी कोण आहे?' ही अवस्था तर्कातून जाणून घेण्याची त्यांची इच्छा नाही. त्यांना अंतरंगात सूर मारून त्याची प्रत्यक्ष चव चाखण्याची इच्छा असते. त्यामुळं 'असण्याच्या' अवस्थेत ते प्रत्यक्ष जगू शकतील. ज्याप्रमाणे हिंदूंना विचारलं, की प्रेम म्हणजे काय? तर ते म्हणतील, 'प्रेम जाणून घ्यायचं असेल, तर स्वत: प्रेमिक व्हा.' त्याचप्रमाणे स्वत:चा शोध घेण्यासाठी ते 'सत्'च्या मागं लागतील. ग्रीक लोकांनी पहिल्यांदा विज्ञानाचा शोध घेतला. आजचं आधुनिक विज्ञान हे ग्रीक सायन्सची उपशाखा आहे. आजचं शास्त्र भावभावना, प्रेम, पक्षपातीपणा या सगळ्यांपासून दूर आहे. ते वस्तुनिष्ठ आहे. तुम्हांला जर शास्त्रज्ञ व्हायचं असेल, तर ही गुणवत्ता उपयोगी पडेल. ग्रीक सायन्स सांगतं,

'कुणावरही प्रेम करू नका. कुणातही गुंतू नका. फक्त 'ऑब्झर्व्ह' करा.' ग्रीक सायन्सचा जोर अलिप्त राहण्यावर आहे.

त्यांच्या या विचारसरणीचा सायन्सच्या प्रगतीसाठी मोठा उपयोग झाला आहे. वस्तुस्थिती जाणून घेण्याकरिता हा एकच मार्ग योग्य आहे. याउलट 'मन'. मन

जाणून घेण्याकरिता काहीही उपाय नाही. तुम्ही कॉन्शसनेसच्या बाहेर जाऊन कधीच उभे राहू शकणार नाही. कारण तुमच्या मनाची अगोदरच गुंतवणूक झालेली असते. दगड-धोंडे, नद्या-ओढे, यांच्याकडं मी तटस्थ राहून पाहू शकतो. आपल्याकडंच अलिप्तपणे पाहण्याची कला आपल्याला कशी अवगत होईल? मी म्हणजे एखादी वस्तू नव्हे.

कालांतरानं ग्रीक लोकांची मन:स्थिती आणि बुद्धीही वस्तुमय होऊ लागली. 'डेल्फी' देवळात त्यांनी कोरून ठेवलं : 'स्वत:ला ओळखा' या उक्तीचा हळूहळू सगळ्यांवर परिणाम व्हायला लागला. एकूण एक शास्त्रांची प्रगती त्याच मार्गानं होऊ लागली. पाश्चिमात्य राष्ट्रंसुद्धा 'डिसूपॅशनेट' ज्ञानाकडं वळली.

हिंदू संस्कृती वेगळ्या मार्गानं जात होती. तिथं अस्तित्त्वाला जास्त महत्त्व होतं. उपनिषदांमध्ये उद्दालक आपला मुलगा श्वेतकेतूला म्हणतो, 'श्वेतकेतु त्वं तत्त्वमसि', 'तुझं अस्तित्त्व हीच तुझी वास्तवता आहे.' इतर सगळ्या गोष्टी ज्याप्रमाणे जाणून घेता येतात, त्याप्रमाणे स्वत:ला जाणून घेणं अवघड आहे. हिंदूंची प्रणाली ही जित्याजागत्या माणसांकडं जास्तीत जास्त झुकली. म्हणूनच ती अशास्त्रीय ठरली. ती भक्तीकडं आणि धर्माकडं वळली; पण शास्त्रीय सत्यापासून लांब गेली. म्हणून हिंदूंची 'मनं' समृद्ध झाली, पण ती बाहेरच्या जगापेक्षा दरिद्री राहिली.

हिंदू आणि ग्रीक यांच्यामध्ये वैचारिक तादात्म्य घडणं आवश्यक होतं आणि तसं ते झालंसुद्धा. आज आपण पाहत आहोत, की भारतामधील तरुण मंडळी सायन्सच्या प्रगतीकरिता, शास्त्र जाणून घेण्यासाठी सतत परदेशांत जातात आणि याउलट धर्म म्हणजे नेमकं काय, हे नेमकेपणानं जाणून घेण्यासाठी परदेशातील माणसं भारताकडं येत आहेत. नजीकच्या काळातलं चित्र अत्यंत बदललेलं असेल. पौर्वात्य व पाश्चिमात्य देश हे वेगवेगळे राहणार नाहीत. एक वैश्विक विचारधारा प्रत्यक्षात एकत्र आलेली दिसेल. अंतर्मनाचा शोध घेणारा माणूस आपल्या विचारसरणीत फरक न करता जगाशी जोडला जाईल आणि फक्त शास्त्राचा विचार करणारी माणसं धार्मिकही होतील. एका पंखावर धर्म, दुसऱ्या पंखावर शास्त्र असे पंख लाभल्यावर माणूस आकाशाचाही शोध घेऊ शकेल.

तर्कशास्त्राच्या बाबतीत ज्यानं प्रचंड प्रगती केली, ज्याला तर्कशास्त्राचा बाप म्हणता येईल, असा ॲरिस्टॉटल ग्रीसमध्येच जन्माला आला. त्या देशात तर्काचा जन्म झाला, तर आपल्या देशामध्ये 'ध्यानाचा' जन्म झाला. साहजिकच दोन्ही मतप्रणाली अगदी विरुद्ध दिशांनी प्रवास करतात. कारण हिंदू धर्म सांगतो, तुम्ही विचारशून्य अवस्थेत गेलात, तरच तुम्हांला जगाचं रहस्य उलगडेल. ग्रीक समजुतीप्रमाणे तर्कशास्त्र, बौद्धिक दृष्टिकोन याला महत्त्व आहे. या दोन्हींचा संगम घडवायचा असेल, तर एका समन्वयाची गरज आहे. माणूस एखाद्या वस्तुच्या संदर्भात संशोधन

करत असेल, तर तर्कशास्त्रासारखं हत्यार नव्हे. त्यात माणसाला ध्यानधारणा करायची असेल, तर तो 'अ-मन' अवस्थेत जाऊ शकतो. मन म्हणजे मी नव्हे. जसे माझे हात, जसे पाय, त्याचप्रमाणे मन.

ओशोंनी स्वत: हा अनुभव घेतला आहे. जेव्हा ध्यान करायचं असेल, तेव्हा एखाद्या वस्तुप्रमाणे ते मन बाजूला ठेवू शकत होते. त्या क्षणी ते हिंदू होत असत. त्याचप्रमाणे त्यांना एखादा प्रयोग करायचा असेल, तर ते तेवढ्यापुरते ग्रीक होऊ शकत असत. त्यांचं असं म्हणणं आहे, माणसानं इच्छाशक्तीच्या जोरावर मनाचा वापर करावा. हे जर तो करू शकला, तर तो संपन्न आयुष्य जगतोय्, असं म्हणता येईल. ग्रीक लोकांच्या धारणेप्रमाणे स्वत:वर प्रेम करणं हे अत्यंत 'ॲब्सर्ड' आहे. प्रेम करण्याकरिता किमान दोन व्यक्तींची गरज असते. तुम्ही स्वत:वर प्रेम कसं काय करू शकता? याच्या अगदी उलट परिस्थिती हिंदूंची आहे. परिस्थिती म्हणण्यापेक्षा मनोधारणा म्हणणं अधिक संयुक्तिक.

उपनिषदात म्हटलंय् की, नवरा बायकोवर प्रेम करतो, ते बायकोसाठी नव्हे, स्वत:साठीच. त्या प्रेमात त्याला स्वत:ला आनंद वाटतो, म्हणून तो बायकोवर प्रेम करतो. पत्नीच्या माध्यमातून तो स्वत:वरच प्रेम करतो. म्हणून हिंदू म्हणतात, की माणूस स्वत:वरतीच प्रेम करतो आणि ग्रीक म्हणतात, 'दोन व्यक्ती असल्याशिवाय प्रेम संभवतच नाही.'

हिंदूंची विचारसरणी अत्यंत रास्त आहे. तिला जुनाट म्हणायचं काही कारण नाही. नारदमुनींचंच एक विधान आहे. 'आत्मनस्तु कामाय, सर्वं प्रियम् भवति।' नवऱ्याचं बायकोवर जे प्रेम असतं, ते किती दिवस टिकतं, त्याचप्रमाणे बायकोचंही नवऱ्यावर प्रेम किती काळ राहतं, याचं एकमेव उत्तर एकमेकांवर प्रेम करण्यात जिथवर दोघांनाही आनंद वाटतो, तिथपर्यंत प्रेम टिकतं. आज घरोघरी वेगवेगळ्या कारणांमुळं संघर्ष घडतात. घटस्फोटदेखील वाढत्या प्रमाणात घडत आहेत. ही सर्व उदाहरणं दुसऱ्यावर प्रेम करण्यातील आनंद नष्ट झाल्यामुळं आहेत. व्यक्तीवर प्रेम आहे, असं म्हणता-म्हणता कोणत्या तरी कामाशीच त्याचा संबंध असतो. ते अपेक्षित काम समोरच्या व्यक्तीकडून झालं नाही, म्हणजे त्या व्यक्तीवर प्रेम असूनसुद्धा आपल्याला तिचा राग येतो. जसं प्रेम वाढत जातं, तसतसं कामाचं प्रमाणही वाढत जातं. कुठंतरी एक विशिष्ट काम आपल्या जोडीदाराला करता येत नाही. इमर्सनचं एक वाक्य आहे, ते त्रिकालाबाधित सत्य आहे. तो म्हणतो :

Every man reaches,
at his level of
incompetency.

या विधानाप्रमाणे कोणत्या तरी एका प्रांतात आपल्या ओळखीची व्यक्ती किंवा सर्व

नात्यांमध्ये जवळची असलेली आपली पत्नी केव्हातरी 'इनकॉम्पिटन्ट' असू शकते. त्यावेळी येणारा संताप प्रत्येकानं आठवून पाहावा. पती किंवा पत्नी जर संसाराला हातभारही लावू शकत नसतील, कुठल्याही बाबतीत मदत करू शकत नसतील, तर ते संसार टिकतात का?

अशी उदाहरणं कितीतरी देता येतील. नारदांच्या वचनाप्रमाणे प्रत्येकानं त्याच्या बाबतीत 'आत्मनस्तु कायाम, सर्वं प्रियम् भवति।' अशी वस्तुस्थिती आहे का, हे पाहावं. ग्रीक, रोमन, हिंदू, ख्रिश्चन, मुसलमान, पंजाबी हे सगळे शब्द बाजूला ठेवून, फक्त 'मी' कडं लक्ष द्यावं. म्हणजेच अंतर्मनाच्या दिशेनं प्रवास करावा. ह्या प्रवासात स्वत:चं खरं रूप काय आहे, आपण कसे आहोत, ह्याचा शोध लागेल.

स्वत:ची खरी ओळख होईल. त्या नव्या ओळखीला तुम्ही न घाबरता, तिचं स्वागत केलंत, तर तिथंच एकतारीसहित बाऊल भेटेल.

■

मरणात खरोखर जग जगते!

आपल्या भाषेत आपण म्हणतो, की आम्ही सगळी धरतीची लेकरं आहोत. आपलं हे म्हणणं केवळ आपल्यापुरतं असतं. पण बाऊल जमातीत तो त्यांचा आचरणाचा भाग आहे. मातीचा धर्म, असं म्हणत असतांना, माझ्यासमोर एक वेगळं चित्र उभं राहतं. बाऊल समाजाच्या बाबतीत धर्माची संकल्पना ही वास्तववादी संकल्पना आहे. बाऊल समाज हा धर्म सर्वव्यापी रूपात मानतो. तो मातीचा धर्म आहे. निसर्गाचा धर्म आहे आणि जे जे नजरेला पडतं, त्या सगळ्याचा एकच धर्म आहे. बाऊल समाजाचा जसा फॅण्टसीवर विश्वास नाही, तसाच स्वर्गातल्या नंदनवनावरही विश्वास नाही. ही माणसं अत्यंत वास्तववादी आहेत. धर्माची संकल्पना, आशा-आकांक्षा पूर्ण करणारा आणि संकटग्रस्त माणसांना धीर देणारा, अशी आहे. दारिद्र्यानं पिडलेला माणूस आपल्या धर्मसंकल्पनेप्रमाणे असं मानतो, की मेल्यावर का होईना, स्वर्गात गेल्यावर सगळे प्रश्न सुटतील.

येशू ख्रिस्तानं म्हटल्याप्रमाणे तसं खरोखरच घडणार आहे, अशा समजुतीत काही माणसं आपलं आयुष्य रेटताना दिसतात. ख्रिस्तानं असं म्हटलं होतं, 'आज ज्यांची परिस्थिती बेतासबेत आहे किंवा दारुण अवस्थेत ज्यांना दिवस काढावे लागत आहेत, तेच उद्या पृथ्वीचे मालक होतील.'

अशा तऱ्हेचा दिलासा प्रत्येक माणसाला हवा असतो.

माणूस मृत्युला घाबरतो, म्हणून त्याला वारंवार बजावून सांगावंसं वाटतं की, 'आत्मा अमर आहे. तू अमर आहेस, तुझं फक्त शरीर नाहीसं होणार आहे; पण नवा देह धारण करून तू पुन्हा पृथ्वीवर येणार आहेसच. आज आपण ज्याला धर्म मानतो, तो धर्म आजच्या दिवसाकरिता नसून उद्याच्या दिवसाकरिता आहे.'

उद्या असं काय घडणार आहे? पण आजच्या व्यथा, आजची संकटं, दयनीय अवस्था या सर्वांवर उतारा म्हणून उद्याचा दिवस वेगळा असेल, हेच सांगावं लागतं. बाऊल समाज उद्यावर विश्वास ठेवतच नाही. त्यांचा धर्म आता आणि इथंच आहे.

त्याचं नंदनवनही इथंच आहे. साध्या साध्या गोष्टी आपण उद्यावर ढकलतो. ही बाब बाऊलना मंजूर नाही. एखादा गोष्टीचा शोध तुम्ही आज आणि आत्ता लावू शकत नाही, तर तो शोध उद्याही लागणार नाही. आयुष्यातला प्रत्येक क्षण हा वर्तमानातच भेटायला येतो. म्हणून वास्तवतेचं स्वागत करण्याकरिता आत्ताच दरवाजे उघडे ठेवायला हवेत. बाऊल माया आणि ब्रह्म मानत नाहीत. आताचा क्षण संपूर्णपणे तुमच्यासमोर सादर होत आहे. त्या क्षणाचे तुकडे करायचे नाहीत. कारण वास्तवतेचे भाग पाडता येत नाहीत. आपल्या आणि इतरांच्या धर्मांत परमेश्वराचं अस्तित्व दूरवर कुठंतरी सातासमुद्रांपल्याड किंवा अवकाशात आहे.

बाऊल म्हणतो,

'आमचा परमेश्वर इथंच आहे.' त्यांची देवत्त्वाची संकल्पना तुमच्या-आमच्यापेक्षा फार वेगळी आहे. तो समोरच्या माणसात उपस्थित आहे, जमिनीत आहे, भावभावना, लालसा आणि प्रेम, ताणतणाव या प्रत्येक ठिकाणी तो आहे.

बाऊलच्या परमेश्वराला तुम्ही स्पर्श करू शकता, त्याच्यावर प्रेम करू शकता, त्याला अलिंगन देऊ शकता, त्याच्यासमवेत राहू शकता. तो अत्यंत जवळ आहे, याचं कारण तो तुमच्यातच आहे. ते परमेश्वर हा शब्दही उच्चारत नाहीत. ते त्याला 'आधार' मानव म्हणतात. माणूस स्वत:च परमेश्वरतुल्य आहे. तुम्ही त्याच्या विश्वात प्रवेश केलात, तर देवाच्या राज्यातच आलात, असं बाऊल म्हणतात.

देव आत्ताच इथं उपस्थित आहे, त्याला शोधून काढण्याची जबाबदारी तुमची आहे आणि हे काम तुम्ही उद्यावर ढकलू शकत नाही.

चीनमधील माणसंसुद्धा याच धारणेत वावरतात. त्यांनीही 'गॉड' शब्द वापरायचं सोडून दिलेलं आहे. परमेश्वराला ते 'चिलान' म्हणतात. 'चिलान' याचा अर्थ निसर्ग. 'चिलान' म्हणजे जे आत्तापर्यंत घडत आलं, आत्ता घडत आहे आणि पुन्हा असंच घडत राहणार आहे.

'ताओ' शब्द चिनी लोकांच्या संकल्पनेतूनच निर्माण झाला. हिंदू लोकांच्या वेदात एक सुरेख शब्द आहे. 'ऋतंभ'. ऋतंभची संकल्पना 'ताओ' किंवा चिलान याच्याशी मिळतीजुळती आहे. ऋतंभ म्हणजे निसर्ग, परमेश्वर नाही. ह्याचं कारण तुम्ही जेव्हा परमेश्वराला आळवता, तेव्हा तो दूरवर कुठंतरी आहे, असं गृहीत धरूनच त्याला हाक मारता. जणू काही ही धरित्री त्याला सामावून घेऊ शकत नाही, असा समज करून घेऊन तुम्ही त्याला हाक मारता.

जैन आणि बुद्ध 'धम्म' हा शब्द वापरतात. त्याचाही अर्थ निसर्ग असाच आहे. संस्कृत भाषेतला 'धर्म' हा शब्द मातीशीच आपलं नातं सांगतो. इंग्रजी भाषेतल्या गॉड शब्दाला ऋतंभ शब्द समांतर नाही. धर्म म्हणजे तुम्हांला एकत्र आणणारी, तुमचा एक समाज निर्माण करणारी, एक समाजसंस्था विकसित करणारी आणि

'बिलाँगिंग' चा सुगंध देणारी संकल्पना आहे. ह्याउलट धर्म. सगळ्या प्रार्थनास्थळांपासून तुम्हांला हा धर्मसंकल्पनेचा आशय लाभला आहे. धर्म हा वैयक्तिक आहे. इथंसुद्धा धर्म आणि 'रिलिजन' हे समानार्थी शब्द नाहीत. रिलिजन सर्वसमावेशक असतो. एकत्रित समाजाला सांभाळणारा रिलिजन हा शब्द आहे, तर धर्म हा वैयक्तिक आहे. रिलिजन हा कोण्या एका व्यक्तीचा होऊ शकत नाही. 'सोशल' या अर्थानं तो वापरला जातो. ख्रिश्चन, हिंदू, जैन, बुद्ध हे रिलिजन्स आहेत, पण धर्म या शब्दाशी त्यांचं काही नातं नाही. धर्म हा ज्याचा त्याला शोधून काढावा लागतो. तो प्रत्येक माणसाला, त्याची जी विचारसरणी आहे, त्याप्रमाणे जगण्याची मुभा देतो. बाऊल लोकांची 'देव तुमच्यांतच आहे, इथंच आहे,' ही संकल्पना खोलवर विचार करून अभ्यासावी लागेल. खरं तर, इतर धर्मांनी परमेश्वर दूर कुठंतरी आहे, हे जाता-येता ठसविल्यामुळं निसर्गातलं आणि माणसातलं देवत्त्व कमी झालेलं आहे. माणसाची जसजशी वाढ होत जाते, मॅच्युरिटी जितक्या जास्त प्रमाणात येते, तितक्या प्रमाणात परमेश्वरी अस्तित्त्व लोप पावत नाही.

आस्तिक लोकांची देवावरची श्रद्धा उडाली आहे, हे कारण नसून, देवाच्या अस्तित्त्वाबद्दलच्या चुकीच्या कल्पना याला कारणीभूत आहेत. मार्क्स, ब्रिटिश लोकांच्या परमेश्वर-संकल्पनेला नाकारू शकतो. तो बाऊल लोकांच्या वाटेला जाणार नाही. शास्त्रज्ञसुद्धा धर्मानं प्रस्थापित केलेला 'सो कॉल्ड' परमेश्वर नाकारू शकतात. पण ते बाऊलना धक्का लावू शकत नाहीत. याचं कारण एकच. बाऊल स्वप्नांमध्ये रमत नाहीत, ते अत्यंत वास्तववादी आहेत.

अनेकांच्या समजुतीप्रमाणे त्यांचा परमेश्वर आकाशात राहतो. हे निखालस काल्पनिक आहे. याचा अर्थ परमेश्वरात आकाश सामावलेलं आहे. ज्याप्रमाणे तो जमिनीत आहे, तितकाच आकाशात आहे. पण परमेश्वरी वास्तव्य हे जमिनीपासून सुरू होतं. परमेश्वरी अस्तित्त्वाची मुळं ही जमिनीत खोलवर गेलेली आहेत, ह्याच मुळांच्या आधारानं तुम्ही आसमंत व्यापू शकता. हा प्रवास आपल्या घरापासूनच सुरू होतो. परमेश्वरी अस्तित्त्वाची सुगंधी झुळूक प्रथम तुमच्या मनातूनच वर आली पाहिजे. हृदयाच्या सिंहासनावर तो विराजमान आहे, अशी पक्की श्रद्धा असायला हवी. तुम्ही त्याला बघू शकाल, असं नाही, पण एकदा त्याच दृष्टिकोनातून बघण्याची जाणीव झाली, तर त्रिखंडात जागोजागी त्याचं अस्तित्त्व जाणवू लागेल. अंत:करणात त्याची नुसती झलक जरी पडली, तर तुम्हांला तो प्रत्येक ठिकाणी दिसेल, याचं कारण तुमच्या हृदयात तो धडधडतच आहे. तो नसानसांतून वाहतोय्, छातीचे ठोकेही त्याचं अस्तित्त्व दर्शवत आहेत. इतकंच नव्हे, तर तुमचा मॅरोही त्याच्या अस्तित्त्वाशिवाय राहिलेला नाही. असं जेव्हा घडेल, तेव्हा ते अद्वैतच आहे. पण तुम्हांला जर हे ओळखता आलं नाही, तर जगाच्या कोनाकोपऱ्यांत जाऊनसुद्धा तुम्ही रिक्त हस्तेच

परत याल. देवळात जाऊन तुम्ही कितीही घंटा बडवल्यात, तरीही त्याचा उपयोग नाही. तो तुमच्या घरात आहे, हेच तुम्ही विसरताय्. मंदिरात जाण्यापेक्षा घरातच त्याचं दर्शन घडलं, तर प्रत्येक घरात देऊळ तयार होईल. वेगळं मंदिर उभारण्याची आवश्यकता नाही. याच आयुष्यात तुम्हांला तो भेटला नाही, तर पुढच्या आयुष्यात कसा भेटणार? बाऊलचं तर्कशास्त्र इतकं साधं आहे, म्हणूनच ते खोटं आहे, असं सिद्ध करता येणार नाही.

आकाशाकडं हात करून आपण 'परमेश्वर जाणे' असं का म्हणतो? रोजच्या दैनंदिन जीवनात तुम्हांला तो एकदाही दिसलेला नाही किंवा तुम्हांला ओळखणाऱ्या जेवढ्या व्यक्ती आहेत, त्यांच्यापैकी कोणीही तुम्हांला त्याचं दर्शन झालं, असं सांगायला येत नाही. म्हणून तुम्ही त्याला लांबवर नेऊन टाकलंत. हे जर तुम्ही केलं नाहीत, तर तुम्हांला आयुष्य अत्यंत पोकळ वाटेल. एकटेपणाचा तुम्ही धसका घ्याल.

आताही तुम्ही एकाकीच आहात, प्रियजन आणि आप्त यांच्या घोळक्यात असतानासुद्धा तुम्हांला एकटं वाटतं. त्यात जास्तीची भर पडते ती, परमश्वेर माझ्या जवळच आहे, या विचाराची. तो जवळ आहे, असं नुसतं वाटणं आणि प्रत्यक्षात त्याचा प्रत्यय येणं यात जमीन-अस्मानाचा फरक आहे. तो जवळ असूनही दिसत नाही, यामुळं जास्तीच औदासीन्य येतं. त्यापेक्षा तो जवळ नाहीच आहे, या विचाराचा मोठा आधार वाटतो. त्याला असं लांबवर फेकलं, की काम झालं. त्याचा शोध घेण्यात बरेच दिवस जातील, घाई करून उपयोग नाही. ह्या आयुष्यात नाही भेटला, तर पुढच्या आयुष्यात भेटेल, असं म्हणताना ह्या आयुष्यात भेटला नाही, तर पुढच्या जन्मी तरी कसा भेटेल, हा विचार तुमच्या मनातही येत नाही. तुम्ही वागता एक, बोलता एक, तुम्ही देवत्त्वाच्या गोष्टी करता आणि वागता दैत्यासारखे. ही माणसं देवळात जातात, पण श्रद्धास्थानापर्यंत पोहोचत नाहीत. ते कुराण ऐकतात, बायबल ऐकतात; पण त्यांचं वाचन खोलवर पोहोचत नाही.

परमेश्वराची संकल्पना माणसाच्या एकाकीपणातून होते. खरा देव मिळणं तर अशक्य, मग ते देवाची एक प्रतिकृती तयार करतात. खऱ्या परमेश्वरासारखी असं मात्र म्हणता येणार नाही, कारण खरा परमेश्वर कुणी पाहिलाय्?

देवाचं मूर्त रूप तुमच्यासमोर आहे का?

परमेश्वर हा तुमच्या अनुभवातून निर्माण झाला आहे की एकाकीपणाच्या भीतीतून? तुम्हांला एकटं वाटतं, म्हणून जर तुम्ही परमेश्वर निर्माण केला असेल, तर तुमचा परमेश्वर खोटा आहे. तुमच्या एकाकीपणाच्या परिस्थितीत तो तुमच्यासमोर प्रकट झाला असेल, तर त्याला खरं मानायला हरकत नाही. अशा परमेश्वराच्या बाबतीत नीत्शेला खुशाल म्हणू देत, 'परमेश्वर मेलेला आहे.'

जग प्रचंड प्रमाणावर बदललेलं आहे. एके काळी लोक बायबल सरळ-सरळ वाचत

होते. 'प्लेबॉय' सारखे अंक ते बायबलचं कव्हर घालून वाचत होते आणि आता बायबल वाचायचं, म्हणून त्यांना ते 'प्लेबॉय'च्या अंकात लपवून वाचावं लागतं. अशी परिस्थिती बदलल्यानंतर नीत्शेचं वचन ग्राह्य मानावं लागतं. पण परमेश्वर अमर आहे.

बाऊलचा परमेश्वर निसर्गात, झाडांत, पाण्यात, जमिनीत आणि माणसांत लपलेला असेल, तर परमेश्वरी अस्तित्त्व नाकारणं, म्हणजे संपूर्ण जीवनच नाकारण्यासारखं आहे. नीत्शेच्या मतावर बाऊल हसत सुटतील. ते त्यालाच म्हणतील की, 'तू जर देवाचं अस्तित्त्वच नाकारतोय्स, तर परमेश्वराची खरी ओळख तुला झालेलीच नाही.' बाऊल लोक असं म्हणू शकतात; याचं कारण त्यांनी स्वत: परमेश्वराचा निर्देशही केलेला नाही. ते आयुष्याबद्दल बोलतात, प्रेमाबद्दल बोलतात. सगळी प्रार्थनास्थळं जर जाळून टाकली, तरी त्यामुळं काहीही फरक पडणार नाही. याचं कारण तिथं ज्या मूर्तीची स्थापना केलेली आहे, तो खरा देव आहेच कुठं? तुमच्या अंत:करणात त्याला एकदा जागा मिळाली, म्हणजे देवळात जायचं, याला काही कारण उरत नाही.

यालाच उद्देशून बाऊल अशी गाणी म्हणतात :

The God is living in man,
wholly intermingled.
Oh, my unseeing heart,
your eyes are unwise!
How then can you locate
the treasured man?
The unseen man
dwelling in the brilliance of light
hides his identity
from those blinded by stupor.
He is stationed in man.
appearing and vanishing
as the eyelids blink.

They go on singing again and again :

All of us in different ways
think of God
beyond senses and feelings.
And yet it is only

in the essence of loving
that God is found.
On the other shore of the ocean
on one's own self
quivers a drop of fluid
as the origin of all.
The root of all is based in you.
Explore the base
to reach the essence,
release the sensation of taste
on your tongue,
open the doors of feeling
for the Beloved
Nectar, showering on
the lotus of spontaneity
lust and love are housed
in one single place,
where sorrows and joys do not exist.

वरच्या कवितेत व्यक्त केल्याप्रमाणे बाऊल जित्या-जागत्या माणसालाच केंद्रस्थानी मानतो. इतर धर्मांनी सगळ्यांचा निषेध केला आहे. आयुष्य क्षणभंगुर आहे, इथपासून ते शारीरिक सुखाच्या मागं धावू नका, इंद्रियांचे चोचले पुरवू नका, इथपर्यंत ते शरीराच्या संदर्भात बोलतात. आयुष्याकडं नकारात्मक दृष्टीनं पाहतात. या सर्व सुखांकडं आपण जितकी पाठ फिरवू, तितका परमेश्वर तुमच्या निकट येईल, असं सगळ्या धर्मांनी सांगितलं आहे.

बाऊल म्हणतो,

'निसर्गाविरुद्ध जाऊन तुम्ही जर शरीरालाच नाकारीत असाल, तर एखाद्या झाडाच्या मुळावर घाव घालण्यासारखं आहे. तुम्ही तुमच्या भावनांवर जबरदस्तीनं यश मिळवलंत, तर त्या शक्तिच्या अस्तित्वाची तुम्हांला चव कशी कळणार?'

बाऊल लोकांचा धर्म हा क्रांतिकारी आहे, ही माणसं अशिक्षित आहेत, म्हणूनच त्यांच्याजवळ दिव्य दृष्टी आहे, 'सो कॉल्ड' संस्कृतीचा स्पर्श, अज्ञान वाढवणारं शिक्षण आणि सत्तेचा खेळ खेळणारं राजकारण या तीन गोष्टींपासून ते अलिप्त आहेत. ते तर्कशास्त्र जाणत नाहीत. रूढ तत्त्वज्ञान ते मानत नाहीत, ते पुस्तकं वाचू शकत नाहीत; पण ते जिता-जागता माणूसच वाचतात. ते स्वत:चाच जीवनग्रंथ

वाचतात. अशा तऱ्हेनं जीवनग्रंथांचं वाचन करीत-करीत एका गावाहून दुसऱ्या गावाला ते हसत, नाचत, खेळत, बागडत प्रस्थान ठेवतात.

शब्बी बोनम नावाचा एक माणूस होऊन गेला, त्यानं मरतांना आपल्या अनुयायांना सांगितलं,

'प्रत्येक माणसाजवळ दोन खिसे हवेत. गरजेप्रमाणे माणसानं डाव्या किंवा उजव्या खिशात हात घालावा. उजव्या खिशात एक संदेश आहे, 'हे जग माझ्यासाठी निर्माण झालं' आणि दुसऱ्या खिशात 'मी माझ्या मातीचा पुत्र आहे' असा संदेश आहे.' हे दोन्ही संदेश अत्यंत महत्त्वाचे आहेत. एक संदेश वास्तवतेचं दर्शन घडवतो आणि दुसरा संदेश अव्यक्त बुद्धिसामर्थ्य दाखवितो. एक संदेश वस्तुस्थिती सांगतो, तर दुसरा संदेश सत्याचं स्वरूप सांगतो.

बाऊल पुढं असं म्हणतो,

'आम्ही भूमिपुत्र आहोत, हे जरी खरं असलं, तरी त्याला जी मूर्ती अभिप्रेत होती, त्याप्रमाणे आम्ही सगुण-साकार झालो. आमच्या हृदयाच्या सिंहासनावर त्याचं राज्य असलं, तरीसुद्धा गगनाला गवसणी घालण्याइतकी उत्कटता आमच्याजवळ आहे. आम्ही झाडासारखे आहोत. मुळं जमिनीत खोलवर गेलेली असली, तरीही जमिनीवरचं झाड आकाशाकडं झेपावं, तसं.'

झेन मास्टर बासो याच्या संदर्भातली ही हकीगत आहे. तो मरणासन्न अवस्थेत होता. शेवटच्या क्षणी तो कमलासन घालून बसला. अवतीभवतीच्या लोकांकडं बघून तो मोठ्यांदा ओरडला, 'गैरसमज करून घेऊ नका. प्रत्यक्ष पाहा. हे काय आहे!' या विधानाचा त्यानं मोठ्यांदा ओरडून दोनदा उच्चार केला व शांतपणे त्यानं शेवटचा श्वास सोडला.

त्याला नेमकं काय सांगायचं होतं? हे आहे, हे इथंच आहे. अन्यत्र शोधू नका. हे जे प्रत्यक्षात आहे, ते इतकं भव्य आणि विराट आहे, की आणखीन दुसऱ्या ठिकाणी बघण्याची गरजच नाही.

चुकीचा मार्ग कोण दाखवितो?

पुष्कळ आहेत. ही माणसं वास्तवता आणि देवत्त्व, चैतन्य आणि शरीर, वस्तुस्थिती आणि सत्य, लालसा आणि प्रेम, चिखल आणि कमळ यांत अंतर मानतात. तुम्ही जेव्हा चिखल नाकारता, तेव्हा कमळाच्या शक्यतेवरच आघात करतात. कमळ म्हणजे चिखलाचाच काव्यमय पसारा आहे. सुगंधी अस्तित्त्व आहे. ज्या वेळेला तुम्ही जग आणि परमेश्वर, लालसा आणि प्रेम, कमळ आणि चिखल एकच आहे, हे मान्य कराल, तेव्हा तुम्ही बाऊल व्हाल.

बहुतेक सर्व धर्मांनी त्यांच्या त्यांच्या धर्मगुरूंना भ्रष्ट रूप दिलं. जैन लोकांनी पण तेच केलं. ते सांगतात, की 'महावीराला कधीही घाम येत नव्हता. त्याच्या अंगावर जर

वार केला, तर रक्ताऐवजी दूध येत असे.' या भ्रामक कल्पना महावीराच्या अनुयायांनीच सगळीकडं पसरवल्या. त्यामुळं महावीर लोकप्रिय होण्याऐवजी तो असत्य होऊ लागला.

या ना त्या प्रकारे प्रत्येक धर्मानं वास्तवता नाकारली आहे. आपल्या धर्मसंस्थापकाची मूर्ती मलिन होऊ नये, म्हणून त्यांना अतिभव्य चौथऱ्यावर उभं केलं आहे.

प्रेषिताचे पायसुद्धा मातीचेच असतात, हे आपण मान्य केलेलं आहे. इतर धर्मांतील लोकांनी पाय तर सोडाच; पण हातालादेखील माती लागलेली मान्य केलं नाही. इंग्लिशमध्ये यालाच 'डर्टी' शब्द वापरला आहे. 'डर्टी' शब्द इंग्रजीमधल्या 'डर्ट'पासून आलेला आहे. 'डर्ट' म्हणजे माती, आणि बाऊल लोकांच्या संस्कृतीप्रमाणे माणूस मातीचाच आहे. Human हा शब्द Humus पासून झालेला आहे. त्याचाही अर्थ माती असाच आहे. Adam हा शब्दही तेच सुचवतो. आपण सगळेच मातीपासून जन्माला आलेलो आहोत; पण अंतर्यामी खोलवर चैतन्याचं सिंहासन आहे. आपण सगळ्यांनी मातीचा दिवा पाहिलेला आहे. दिवा मातीचा असतो; पण सातत्यानं वरवर जाणारी दिव्याची ज्योत चैतन्यस्वरूप आहे. जे दिव्याचं, तेच माणसाचं. पण आपल्या वृत्ती नकारार्थी असल्या आणि प्रत्येक गोष्टीला आपण नकार देत गेलो, तर तेवढ्या प्रमाणात परमेश्वराचं वास्तव्य कमी कमी होत जाईल.

गुर्जिएफ म्हणतो :

'एकूण एक धर्म, परमेश्वराच्या विरुद्ध आहेत; कारण ते परमेश्वराच्या निर्मितीवर खूश नाहीत. अशी समजूत असलेल्या लोकांना विचारता येईल, तुम्ही जर काव्याबद्दलच उदास असाल, तर कवीवर प्रेम कसं कराल? माणसांचा स्वभाव आवडत नसेल, तर माणसांवर प्रेम कसं कराल? चित्रकला आकर्षित करीत असेल, तर चित्रकाराला नाकारून कसं चालेल? अशा परिस्थितीमध्ये तुम्ही काय कराल?' एकीकडं परमेश्वराबद्दल ओढ आहे आणि दुसऱ्या बाजूनं धर्म त्याचं अस्तित्त्व नाकारत आहेत. मग सामान्य माणसानं काय करायचं? धर्मानं माणसाला शहाणं व्हायला शिकवलं नाही. ह्याउलट, पाखंडी लोकांची संख्या वाढली. बाकीच्यांनी मधला मार्ग स्वीकारला. वरकरणी नास्तिकता दर्शवायची आणि मनातून त्याची पूजा करायची. सगळ्या धर्मांनी हेच कार्य केलेलं आहे. त्यांनी माणसांना पाखंडी बनवलं. 'सत्य बोलावं', असा प्रचार त्यानं धडाक्यानं केला. पण खरोखरच कोणी सत्य बोललं, तर त्याच्यावरती आत्महत्या करायची पाळी येईल, अशी परिस्थितीही निर्माण केली.

बाऊल म्हणतात,

'सगळ्या विश्वावर प्रेम करा, त्यातच परमेश्वर भेटेल.' मोझेसची अशीच एक आठवण सांगतात. तो एका टेकडीवर चढत असताना, प्रत्यक्ष परमेश्वर समोर आला, त्याच वेळेला एका झाडाखाली एका झुडपातून ज्वाळा येताना त्यानं

पाहिल्या. त्या झाडातून ज्वाळा येत होत्या आणि तरी त्याचा हिरवेपणा कमी झाला नव्हता. मोझेस तिकडं धावला. तेवढ्यात परमेश्वर म्हणाला, 'पायांतले बूट काढ, तू पवित्र मातीवरून चालत आहेस.' हे फक्त मोझेसच्या बाबतीत घडतं, असं नाही, तर आपल्यापैकी प्रत्येकानं चालताना जाणीव ठेवावी, की जमीन आहे, म्हणून आपण आहोत. 'आम्ही धरतीची लेकरं.'

मुल्ला नसरुद्दीन आपल्या मुलाला बॉक्सिंगचं तंत्र शिकवत होता. प्रतिस्पर्ध्यावर हल्ला करून स्वत:ला कसं वाचवायचं, हे सांगत होता. नसरुद्दीनला मित्रानं विचारलं,

'समज, तुझ्या मुलाचा प्रतिस्पर्धी या सगळ्या तंत्रात वाकबगार आणि वरचढ निघाला तर?'

मुल्ला पटकन म्हणाला,

'तिथून पटकन पळून कसं जायचं, हेही मी त्याला शिकवलंय्.'

आपण सगळेजण प्रत्यक्ष आयुष्यात याच गोष्टी करतो. प्रत्येक आई-बाप आपल्या मुलाला न्यूरॉटिक व्हायला मदत करतात. या गोष्टी ते मुद्दाम करत नाहीत; पण सध्याचा समाजच असा आहे, की या मुलावर खऱ्या-खोट्याचे परिणाम होऊन नक्की कसं वागावं, याचा त्याला उलगडा होत नाही. या सगळ्यावर एकच उपाय आहे. सावध राहा, वास्तववादी व्हा. सत्यापेक्षा वस्तुस्थितीवर जास्त विश्वास ठेवा. कारण 'सत्यमेव जयते' या वाक्याचा उदोउदो करून आम्ही सत्याचा जेवढा विपर्यास करू शकतो, तेवढा करीत आहोत.

याचा परिणाम आपण स्वत: अपराधी भावनेनं घेरून गेलेलो आहोत. स्वत:चाच धिक्कार करण्याची सवय जर लागली, तर तुम्हांला परमेश्वराचं दर्शन कधीच होणार नाही. कारण तो तुमच्या माध्यमातूनच जगत आहे. परमेश्वरानं तुम्हांला तुम्ही जसे आहात, तसं स्वीकारलं आहे, मग चिंता कसली? स्वत:च स्वत:ला मान्यता द्या. तुम्ही जसे आहोत, त्यासकट राहा, कारण स्वत:च्या वृत्ती टाकून तुम्ही दुसऱ्याच्या वृत्ती घेऊ शकत नाही. तुम्ही आत्ताच परमेश्वराकडनं आलेले आहात. तुमच्या इमोशन्स, तुमच्या फीलिंग्स यांच्यासहित आयुष्याचा लाभ घ्या. तुम्ही आताच त्या महान शक्तीकडून पृथ्वीवर आलेले आहात. तेव्हा खरं आयुष्य सुरू करा. बुद्धी, मन आणि शरीर यांच्या ज्या मागण्या आहेत, त्यांचा सन्मान करा. तुम्ही भूमिपुत्र आहात, म्हणून हे एकच गाणं म्हणा–

Commit yourself to the earth
while on the earth,
my heart,

if you wish to attain
the unattainable man.

बाऊल समाजाची आणखी एक आवडती कविता आहे. ही कविता म्हणजे भक्तिमार्गाचं अपूर्व दर्शन घडविणारी कविता आहे :

Place at his feet
your flowers of feelings
and the prayers of tears
flooding your eyes.

बाऊल म्हणतो, तुमच्या भावनांची फुलं त्याच्या पायांवर ठेवा. पण माणूस तसं करत नाही. तो बागेतली तयार फुलं चोरून घेतो. अशी चोरलेली फुलं म्हणजे परमेश्वराच्या अस्तित्त्वाबद्दल साशंकता आणि उधार आणलेली फुलं असा हा संगम असतो.

झाडावरची जितीजागती टवटवीत फुलं तोडायची आणि ती दगडाच्या चरणांशी ठेवायची. ही सर्व कृतीच चुकीची आहे. आपल्याला वाटतं, की आपण फुलांना परमेश्वराच्या सहवासात आणून ठेवलं आहे. वास्तविक ती झाडांवर असताना खऱ्या अर्थानं जगत होती. सुगंध पसरवीत होती. बघणाऱ्याला टवटवीत करण्याची, प्रसन्न करण्याची त्यांच्यांत ताकद होती आणि उलट आता ती त्या दगडी मूर्तींच्या पायांशी कोमेजणार आहेत. या सगळ्या सोहळ्याला तुम्ही भक्ती हे नाव देता.

अशा तऱ्हेची पूजा बाऊलला मान्य नाही. ते कवितेतून सांगतात : तुमच्या भावभावनांची फुलं त्याला अर्पण करा आणि तुमच्यांतल्या अश्रूंना प्रार्थनेची ताकद मिळू दे. तुमचं प्रेम, तुमची समजशक्ती, तुम्ही जगलेलं आयुष्य, तुमची स्वप्नं, तुमची चव, तुमचं आर्थिक सामर्थ्य त्याच्या पायांवर ठेवा आणि अश्रूंचा अभिषेक करा. नि:शब्द अश्रू खूप काही सांगून जातात. शब्द हा मृतवत आहे. अश्रूच जास्त बोलके असतात. पूजेची ताकद अश्रूंत जास्त आहे. शब्द आवाज खूप करतात; पण तो नुसता गलबला असतो. तुम्हांला रस्त्याच्या कडेला एखादा बाऊल दिसेल. तो रडत असतो, म्हणून तुम्ही चौकशी करता, तो सांगेल, 'मी रडत नसून, प्रार्थना करीत आहे.' तुम्ही आजूबाजूला बघाल. तुम्हांला कुठंही साधं देऊळ तर सोडाच; पण एखाद्या झाडावर लावलेली देवाची तसबीरसुद्धा दिसणार नाही. तुम्ही विचाराल,

'तुझा देव कुठं आहे?'

उत्तर मिळेल,

'सगळीकडं आहे, आत्ता इथंही आहे. योग्य वेळी त्याची हाक अंतरातून येते. त्याच वेळेला रडून घ्यायचं असतं.'

परमेश्वराकडं त्याची एकच मागणी असते. तो म्हणतो,

'मला धन नको, संपदा नको, सत्ता नको, पद नको, मला फक्त तुझे पाय हवे आहेत, जेणेकरून माझ्या अश्रूंनी मला तुझे पाय धुता येतील.'

'मरण आहे, म्हणून जीवनाचं माहात्म्य कळतं. शरीर आहे, म्हणून आत्मा आहे. झाड आहे, कारण त्याची मुळं जिवंत आहेत. त्याचप्रमाणे मरणाची भीती वाटू देऊ नका. शरीराच्या जाणिवेतून मुक्त व्हा.'

Dying with death

you must live to seek.....

जसा जीवनाबरोबर प्रवास करता, तसाच मरणाबरोबरही करा. बाऊल जन्मभर मरणाचाच अनुभव घेत असतो. तो जागरूक आहे आणि एका दृष्टीनं मृतवतपण आहे. जन्म-मरणाच्या संकल्पनाच एकमेकांसारख्या झाल्या तर जगणं आणि मरणं एकाच वेळी अनुभवाला येतं.

बाऊलसारखा श्रीमंत माणूस होणे नाही. आयुष्याकडून जेवढ्या देणग्या मिळतात, तेवढेच सन्मान मरणाकडूनही होतात. इथं सगळ्याचाच स्वीकार आहे. इथं दुःखातही आनंद सामावलाय् आणि सुखातही व्यथा आहेत. दोन्हींचा स्वीकार करणारा माणूस म्हणजेच बाऊलचा 'आधार मानव.'

देह देवाचे मंदिर!

आयुष्य महोत्सवासारखं जगणं, कायम आनंदित राहणं हा बाऊल समाजाचा दिनक्रम असतो. आतापर्यंतच्या लेखनामध्ये हीच गोष्ट पुनरुक्तीनं सांगितली गेली आहे. त्याच्या अगदी उलट अमेरिकन समाज. ह्या दोन्ही समाजांची तुलना केली, तर नुसत्या 'क्वान्टिटी' चा प्रश्न नसून, 'क्वालिटी'चाही प्रश्न आहे.

आजच्या आधुनिक जगात आणि आधुनिक मनातसुद्धा फक्त रिकामं देऊळ आहे. इथं एका मूर्तीचीही स्थापना झाली आहे, याचा समाजाला विसर पडला आहे. 'संस्कृती' या शब्दाला पूर्वी जो दर्जा होता, तोच शब्द आज प्रदर्शनापुरता राहिला आहे. आपण सगळेजण देवळाचीच पूजा करीत आहोत. देवत्त्वाचा आपल्याला संपूर्ण विसर पडला आहे. आयुष्याच्या मूळ गाभ्याकडं न बघता, आपला संचार केवळ काठावरूनच चालला आहे. पौर्वात्य संस्कृतीमध्ये परमेश्वर, धुगधुगीनं का होईना, पण अद्यापि जिवंत आहे. अमेरिकेतला माणूस संपूर्ण भौतिकतावादी झालेला आहे. बाऊल समाज शरीरालाच 'देऊळ' मानतो, तर अमेरिकेमध्ये शरीर हेच 'सब कुछ' अशी परिस्थिती आहे.

शरीरामध्ये तसं काही खास नाही. त्याच्यामध्ये जे आराध्यदैवत आहे, त्यामुळं शरीर रोषणाईनं झगमगत राहतं. खरं तर, शरीर हे फक्त मालक आहे. आराध्य दैवताचं आगमन झालं, म्हणजेच मालकाला अस्तित्त्व येतं. या अतिथीचा तुम्हांला विसर पडला, तर शरीर ही एक अडगळ आहे.

बाऊल समाजाला एक विशाल दृष्टी लाभलेली आहे. त्यांनी शरीराला कम्पाऊंडचं फाटक मानलेलं आहे. त्यातून प्रवेश करून अंतर्मनाचा वेध घेतला, तर कितीतरी गूढ रहस्यं सापडतील. ते शरीराला वाहन मानतात. त्या वाहनातून अ-शरीरी चैतन्याचं दर्शन घ्यायचं. शरीर म्हणजे मातीचा दिवा. परमेश्वर म्हणजे ज्योत. दिव्याची पूजा होते, ती केवळ ज्योत आहे, म्हणून.

अमेरिकन माणसं शरीराचे चोचले पुरवतात. शरीराचीच पूजा करतात. उत्तमोत्तम

भोजन-प्रबंध, शरीराला मसाज करून घेणं, यांव्यतिरिक्त जितक्या मार्गांनी सौख्य मिळेल, अशा सगळ्या भौतिक उपचारांच्या मागं अमेरिकन माणूस लागलेला असतो. पण त्यांच्या डोळ्यांत जर आपण डोकावून पाहिलं, तर त्यांची नजर भावशून्य दिसते. त्यांत काही प्राण आहे, असं वाटत नाही. त्यांची नजर निर्जीव दिसते.

अमेरिकन नाना प्रकारे शरीर सजवण्याच्या मागं असतात; पण मूळ चैतन्याचा गाभा त्या जीवनात दिसत नाही. तुम्ही इतरांना फसवू शकाल, पण स्वत:ची समजूत कशी घालाल? त्यातली एक गोष्ट अशी आहे, की एकच खोटी गोष्ट वारंवार सांगितली गेली, की ती आपल्यालाही खरी वाटू लागते.

अमेरिकतले सम्राट आयुष्य एन्जॉय करायचं, हे ठरवूनच आवश्यक ती तरतूद करतात. याउलट बाऊल– तो रस्त्यावरून भिकाऱ्यासारखा हिंडताना दिसेल. पण त्याच्या अंतर्मनात दिवाळीसारखी रोषणाई असते. त्याचं गाणं हे नुसतं गाणं नसतं. तर पारलौकिक स्वर त्या गाण्यात लपलेला असतो. तो नाचतो, तेव्हा एकटाच नाचत नाही. तो सगळ्या विश्वाचा प्रतिनिधी म्हणून नाचतो. एक गोष्ट ध्यानात ठेवावी. एखादी गोष्ट ठरवून ती मिळवण्याच्या मागं लागायचं ठरवलं, तर हवी ती गोष्ट हातातून निसटते. आनंदी राहण्याकरिता काही धडपड करावी लागते, हेच अवास्तव आहे. आपण आनंदी आहोतच. प्रयत्नपूर्वक साध्य करून घेण्याची गोष्ट ती नव्हे.

जे. कृष्णमूर्ती म्हणतात, त्याप्रमाणे आनंद हे एक 'हॅपनिंग' आहे. सर्व दिशांतून आनंदच ओसंडत आहे. त्याच्याइतकं दुसरं सत्य काहीच नाही. ह्या विश्वामध्ये जरा बुडी मारा, बघा. नद्या, पक्षी, झाडं, आकाशातल्या तारका, सूर्य आणि चंद्र, जनावरं या सगळ्यांचा सखोल विचार करा. आनंदातूनच या सगळ्याची निर्मिती झाली आहे. सत्, चित, आनंद हे तिन्ही एकत्र आहेत. 'सच्चिदानंद' हा एकच शब्द आहे. तुम्ही शांत, तृप्त राहा. तुकाराम म्हणतात, त्याप्रमाणे, 'आनंदाचे डोही। आनंदतरंग' या अवस्थेचा प्रत्यय तुम्हांला येईल. तुकारामाच्या उक्तीप्रमाणे बाऊल प्रत्यक्ष तसं जीवन जगतो. अमेरिकन नेहमी तणावाखाली वावरतो. तुम्ही काहीतरी शोधत राहिलात, म्हणजे तणाव वाढतो. तुम्ही शांत राहिलात, म्हणजे सगळ्याचा स्वीकार होतो.

घरातल्या घरात आपली एखादी वस्तू हरवते. डाव्या-उजव्या हातानं कुठंतरी ठेवली असेल, असं आपण नेहमी म्हणतो. वस्तू कुठं ठेवली, हे आपल्याला आठवत नसतं. इतरांना सांगायला जावं, तर 'कधी हरवली?', 'आज सकाळपर्यंत होती का?' या असल्या प्रश्नांनी आणखीनच मनस्ताप होतो. विचारणाऱ्याचं काही चुकतं, असा यातला भाग नाही. 'शेवटी कुठं ठेवली होतीस, ते आठव' हेही

सांगितलं जातं, ते आठवलं असतं, तर वस्तू हरवली, असं म्हणताच आलं नसतं. केव्हातरी ती वस्तू सापडते. एरवी हातातली वस्तू कुठंही फेकण्याची सवय असेल, तर ती चुकून जागेवर ठेवली असेल, तर त्याच कारणासाठी सापडत नाही, हे झालं जड वस्तूंबद्दल. पण समाधान, शांती, आनंद, तृप्ती ह्यांसारखे भाव शोधण्याची वेळ आली, तर माणसाची काय अगतिक अवस्था होत असेल, हे कल्पनेनंच जाणलेलं बरं.

बाऊल सांगतो,

'रिलॅक्स, ॲन्ड इट फुलफिल्स यू, रिलॅक्स ॲन्ड इट रशेस् इन् टु यू, रिलॅक्स, इट ओव्हरफ्लोज् यू.'

बाऊलची वैचारिक बैठक 'इथं-आत्ता' अशी आहे. अमेरिकन माणसाची वैचारिक बैठक 'त्या तिथे, पलिकडे' अशी आहे. म्हणूनच अमेरिकन माणसाची सारखी शोधाशोध सुरू असते.

बाऊल शांत असतो. तो आपल्या जीवनात विरघळून गेलेला असतो. सगळ्या अस्तित्त्वाला त्यानं संमती देऊन सामावून घेतलेलं असतं. आपल्याला आयुष्य जिंकता येत नाही, हे त्यानं मान्य केलेलं असतं. आयुष्याला समर्पित व्हायचं असतं, हे त्यानं जाणलेलं असतं. तो शांत असतो, सावध असतो आणि उपलब्ध असतो. परमेश्वरानं दरवाजा वाजवला, म्हणजे दार उघडण्याकरिता तो सज्ज असतो. परमेश्वराचा शोध घेण्याच्या भानगडीत तो पडत नाही. त्याला कुठं शोधणार? कसा शोधणार? एक तर तो सर्वत्र आहे किंवा कुठंच नाही. तुम्ही त्याला 'लक्ष्य' बनवू शकत नाही. तो अखंड आहे. जिथं बघाल, तिथं आहे. जे जे कराल, तिथं आहे. तुमच्या उदास मन:स्थितीतसुद्धा तो आहे. तो हरवणं शक्यच नाही. जी गोष्ट हरवते, त्याला परमेश्वर म्हणत नाहीत. माणसाचं शरीर हेच त्याचं निवासस्थान आहे. बाऊल त्याला 'आधार मानव' (इसेन्शियल मॅन) असं म्हणतो.

बाऊल म्हणतो,

'परमेश्वरप्राप्तीसाठी मी कधी प्रयत्न केला नाही, तरी तो आहे. मी भीक मागितली नाही, तरी तो आहे.'

हाच भाव असह्य होऊन बाऊल रडतो.

अमेरिकन शरीरसुखाच्या मागं लागतो. ज्या ज्या गोष्टींनी आनंद होईल, त्या सगळ्या गोष्टी प्रत्यक्षात उतरवण्याच्या खटाटोपात अमेरिकन दिसतो. मग तो मसाज असो किंवा सौनाबाथ. इथं अमेरिकन संस्कृतीत शरीराची निगा राखली जाते, त्यात जसा आरोग्याचा भाग असतो, त्याच्यापेक्षा काही पटींनी जास्त इतरांचं लक्ष वेधून घेण्यासाठीचाही भाग असतो.

बाऊलदेखील शरीराची निगा राखतात, पण ती निगा राखणं यामागं जो उद्देश आहे,

तो फार वेगळा आहे. परमेश्वराचं निवासस्थान ह्या भावनेनं बाऊल शरीराची काळजी घेतो. मसाज करून आणि सौनाबाथ घेऊन त्याला परमेश्वराचं दर्शन झालेलं नाही. प्रेम आणि ध्यान या दोन माध्यमांतून बाऊलला ती शक्ती दिसलेली आहे. बाऊल देहाची काळजी घेतो. ती आतल्या शक्तीला उपद्रव होऊ नये, म्हणून. बाऊल त्याला 'आधार मनुष्य' म्हणतात, त्या 'आधार मनुष्या'जवळ शेकडो मरणं झेलायची शक्ती आहे. याच कारणाकरिता बाऊल मरणाला घाबरत नाही. त्याला माहीत आहे की, आपल्याजवळ एक कालातीत शक्ती आहे आणि ती शक्ती हिरावून घेण्याचं सामर्थ्य प्रत्यक्ष काळाजवळही नाही. केवळ निखळ प्रेम, प्रार्थना आणि ध्यान ह्यांच्या सातत्यामुळं त्याला हा शोध लागलेला आहे. कुठल्याही वस्तुच्या मागं धावण्यात बाऊल आपला वेळ घालवत नाहीत. हजारो देणग्यांची पुष्पवृष्टी करायला परमेश्वर तयार आहे, तुम्ही फक्त स्वीकारण्याची तयारी दाखवा.

झाडं एकाच जागी उभी असतात. त्यांची मुळं खोलवर गेलेली असतात आणि तरीसुद्धा ती आनंदानं डोलतात. पर्जन्यवृष्टी होते, तेव्हा झाडं आनंदानं किती चमकतात, इकडं आपलं लक्ष जातं का? ज्या वेळी जोराचे वारे वाहतात, तेव्हा फांद्या हलतात, पानं-डहाळ्या डोलायला लागतात. ते का म्हणून?

ते झाडांचं नर्तन असतं, आपण जर झाडाच्याजवळ प्रेमानं गेलो, तर झाडांना आनंद होतो. आता तर शास्त्रीय अभ्यासानंतर झाडांना आनंद होतो की नाही, हे मीटरवर मोजता येतं. त्यांच्या कंपनशक्तीत फरक पडतो. शास्त्रज्ञ तर असं म्हणतात, की लाकूडतोड्या जवळ आला, तर झाडं कापतात. एक झाड तोडलं, तर बाकीची झाडं रडतातसुद्धा. इतकंच नव्हे, तर तुम्ही एखादा पक्षी जरी मारलात, तरीसुद्धा आसमंतातली झाडं व्यथित होतात. एकाच जागी स्तब्ध उभं राहूनसुद्धा या नैसर्गिक भावना झाडांपर्यंत पोहोचवल्या जातात. सुख मिळवण्यासाठी कोणतीही पळापळ करावी लागत नाही. ही बाऊल लोकांची धारणा झाडांकडं पाहूनच निर्माण झाली.

आपण फक्त आपली पात्रता वाढवली, म्हणजे अनेक गोष्टी तुमच्यापर्यंत येतात. आयुष्य अनेक गोष्टी बहाल करायला तयार आहे. तुमच्यामध्ये आणि निसर्गामध्ये तुम्हीच भिंत निर्माण करता. कोणतीतरी अपेक्षा मनात धरून आपण घराबाहेर पळत असतो. त्याच वेळेला तुमचं भाग्य तुमच्या दाराशी उभं असतं. आपणच भगवंताला शोधत असतो, असं नाही, तर नियतीही आपल्याला शोधत असते. आपण दिलेल्या पत्त्यावर कधीही सापडत नाही. आपण शरीरानं जरी आपल्या घरात असलो, तरी मन नागपूरमध्ये असतं. ती शक्ती नागपूरला पोहोचेपर्यंत आपण साताऱ्याला गेलेलो असतो. म्हणूनच बाऊल सांगता,

'जसे आहात, तिथं आहात, त्याच पत्त्यावर राहा.'

बाऊल लोकांप्रमाणेच एका साधकानं ओशोंना विचारलं,

'मैत्रीभावना या धारणेनं मी साधना करीत होतो. ह्या साधनेप्रमाणे, मी वैरभाव सोडून दिला, अशा संकल्पनेनं मला खूप समाधान मिळत होतं. पण नंतर भीती वाटू लागली. हा संमोहनाचा काही प्रकार आहे का? असे विचार मनात येऊ लागले.'
ओशोंनी उत्तर दिलं,
'मैत्रीभावना' ही संकल्पना अत्यंत क्लेशदायक आहे. तरीसुद्धा 'स्व-संमोहन' ह्याची भीती बाळगण्याचं कारण नाही. खरं तर, ह्याला 'डी-हिप्नॉसिस' म्हणायला हवं. माणूस हा कायमचाच संमोहित झालेला आहे. संपूर्ण समाजव्यवस्थाच संमोहन करणारी आहे. लहानपणापासून जर एखाद्याला वारंवार सांगितलं की, 'तू ख्रिश्चन आहेस.' एकदा त्याच्या टाळक्यात ख्रिश्चन हा शब्द घुसला, म्हणजे तो ख्रिश्चन झाला. हीच गोष्ट सर्व धर्मांच्या बाबतीत म्हणता येईल.
संमोहन हे फक्त जातिधर्माच्या बाबतीतच लागू नाही. आपल्याला अनेक चिंता आहेत, असं वाटणं हेही संमोहनच आहे. मैत्रीभावना तुम्हांला तुमच्या नैसर्गिक स्थितीकडं आणू शकते. तुम्ही जन्माला आलात, तेव्हा तेवढे विशुद्ध होता, त्याच स्थानापाशी आणण्याचा प्रयत्न मैत्रीभावना करते. तुम्ही जेव्हा बालवयात होतात, तुम्हांला कुठल्याही सामाजिक विचारांची झळ लागली नव्हती, तुमचं मन कलुषित झालं नव्हतं, त्या शुद्ध आयुष्यात मैत्रीभावना तुम्हांला आणून सोडते. मैत्रीभावना म्हणजे मित्रत्त्वाचा उत्कट भाव, प्रेम आणि करुणा.
प्रेमभाव नेहमी उपजत असतो. एक वर्षाचं मूल हे त्याचं प्रतीक. प्रेम हा मूळ स्वभाव. राग, मत्सर, स्वामित्त्वाची भावना, हेवा हे सगळे भाव आपण नंतर शिकतो. समाजच तुम्हांला हे सगळं शिकवतो. हेही एका अर्थानं संमोहनच. नवीन जन्माला आलेलं मूल प्रगाढ विश्वासातून जन्माला येतं. शत्रू-मित्र ह्या तऱ्हेचे भाव जन्मालाही आलेले नसतात. आईच्या माध्यमातून त्याला प्रेमाचा पहिला साक्षात्कार होतो. इतर सगळे वर्ज्य भाव तो समाजाकडून शिकतो.
ह्या संदर्भात एक अगदी साधी गोष्ट ऐकली होती.
एक गृहस्थ सात-आठ वर्षांच्या मुलाला घेऊन सलूनमध्ये गेला. त्यानं स्वत:चे केस कापून घेतले. नंतर त्या बरोबर आणलेल्या मुलाला केस कापण्यासाठी खुर्चीवर बसवलं आणि तो दुकानदाराला म्हणाला,
'ह्याचे केस कापून होईपर्यंत मी शेजारच्या दुकानातून थोडं सामान घेऊन येतो.'
त्या मुलाचे केस कापून झाले. तो शेजारच्या बाकावर बसून राहिला. एक तास झाला, तरी त्या माणसाचा पत्ता नाही. शेवटी सलूनवाल्यानं त्या मुलाला विचारलं,
'जे गृहस्थ तुला दुकानात घेऊन आले, ते गेले कुठं?'
तो म्हणाला,
'मी त्यांना ओळखत नाही. त्यांनी मला इकडं-तिकडं हिंडताना पाहिलं आणि मला

विचारलं, 'फुकटात केस कापून घ्यायचेत का?' मी 'हो' म्हणालो. ते म्हणाले, 'चल माझ्याबरोबर' बाकी मला काही माहीत नाही.'

ही अशी अक्कल समाज शिकवतो. कालांतरानं आपल्याला विरोध कधी होणार आहे? आपण अडचणीत कसे येऊ? आपल्याला कोण फसवेल? ह्याचे अनुभव घेता-घेताच तो मुलगाही तसाच वागायला लागेल. मैत्रीभावनेची साधना करणारा हळूहळू राग विसरेल, द्वेष, मर्यादा, स्पर्धा ह्या गोष्टी सोडून देईल. थोडक्यात, त्याच्या जीवनाचा प्रारंभ जसा पवित्र होता, त्या दिशेनंच तो परतीचा प्रवास सुरू करील.

प्रेमानं मन अंतर्बाह्य भरून आलं, तर स्पर्धा, द्वेष, मत्सर ह्या गोष्टी पिकलेल्या पानाप्रमाणे गळून पडतात. अहंकार हा भाव अत्यंत जहरी आहे. वेगवेगळ्या प्रकारचे मुखवटे घालायला तुम्हांला अहंकार शिकवतो. मुल्ला नसरुद्दीन आणि त्याचे दोन मित्र 'साम्य' या विषयावर गप्पा मारत होते. नसरुद्दीनचा मित्र म्हणाला, 'मी विन्स्टन चर्चिलसारखा दिसतो, असं माझे काही मित्र म्हणतात.'

दुसरा म्हणाला,

'हे काहीच नाही. काही लोक मला प्रेसिडेन्ट निक्सन समजून माझी सही मागतात.'

मुल्ला म्हणाला,

'हे काहीच नाही, मला प्रत्यक्ष परमेश्वर मानणारी माणसं आहेत.'

एकानं विचारलं,

'कशावरून?'

मुल्लानं सांगितलं,

'मी जेव्हा चवथ्यांदा तुरुंगात गेलो, तेव्हा पहारेकरी म्हणाला, 'अरे देवा, पुन्हा आलास का?''

एखादं विधान हास्यास्पद असलं, तरीसुद्धा त्याच्या आधारावर माणूस श्रेष्ठत्त्व सिद्ध करतो. 'फक्त मी', 'फक्त मी' हा त्याचा जप चाललेला असतो. एखादी प्रेमाची झुळूक अंगावरून गेली, तर तो क्षणभर बिचकतो. प्रेमाच्या दुसऱ्या लहरीनं त्याच्या अहंकारासहित त्याला लपेटून टाकलं, तर तो म्हणतो,

'माझ्याइतकीच आणखी एक महत्त्वपूर्ण व्यक्ती आहे.' प्रेमापुढं तो जर नतमस्तक झाला, तर तो म्हणेल, 'जो आहे, तो सगळा तूच आहेस, मी नाही.' दोघांपैकी जर एकच कोणी जगणार असेल, तर तो आपल्या आयुष्याचंही दान करायला मागं-पुढं पाहत नाही. तो समोरच्या माणसाला जास्त जगण्याची संधी देईल. मैत्रीभावना जेवढी जेवढी विराट होत जाईल, तितक्या प्रमाणात तुमचं अस्तित्त्व कमी होईल. तुम्हांला काही आकृती राहणार नाही.

गौतम बुद्ध यालाच आत्मप्रकाश (Enlightened) म्हणतात. तुमच्यातला 'मी'

गळून पडला, म्हणजे तुम्ही अनंत झालात. 'मी' हा शब्ददेखील तुम्ही वापरू शकणार नाहीत. जन्माला आलेल्या मुलाला 'मी' कुठं माहीत असतो? तो एक कोरा कागद घेऊन येतो. त्या कोऱ्या पानावर समाजाची अक्षरं उमटू लागतात. त्याचा जीवनक्रम, त्यात त्याची भूमिका कोणती, हे जबरदस्तीनं त्याच्या माथ्यावर मारण्यात येतं. आता हा जीव कधीही आनंदानं हसणार नाही. आनंद मुक्तावस्थेत असतो. पण समाज, धर्म, रूढी ही सगळी भुतं मानेवर बसतात. जवळपास प्रत्येक माणसाचं हेच होतं.

मैत्रीभावना ह्या साधनेनं माणूस आनंदी होऊ शकेल. पण ह्या साधनेवर श्रद्धा हवी. श्रद्धा ही डोळ्यांसारखी असते. प्रत्यक्ष पाहिल्यावरच काही गोष्टींवर आपला विश्वास बसतो. विश्वास म्हणजे आंधळ्या माणसाच्या हातात दिलेला कंदील. तो कंदील पेटलेला असला, तरीसुद्धा आंधळ्याला त्याचा काही उपयोग नाही. मध्येच तो दिवा विझला, तर आंधळ्याला कळणारसुद्धा नाही. इतरांकडून जेव्हा काही माहिती कळते, तेव्हा आपण त्याला विश्वास म्हणतो. श्रद्धा ही जशी मानसिक पातळीवर असते, तशीच बौद्धिक पातळीवरसुद्धा असते. इतरांच्या अनुभवावरून आपण जो निर्णय घेतो, निष्कर्ष काढतो, त्याला विश्वास म्हणावं. म्हणूनच विश्वास हा कायम दोलायमान अवस्थेत असतो. श्रद्धा तशी नसते. कारण तिला अनुभूतीचं पाठबळ असतं.

मुल्ला नसरुद्दीन आणि त्याची बायको सुट्टीत इस्त्रायलला गेले. त्यांनी नाईट क्लबची दोन तिकिटं घेतली. 'शो' सुरू झाला. सगळं थिएटर मनापासून प्रतिसाद देत होतं. मुल्लाही ऑडियन्सबरोबर हसत होता, टाळ्या देत होता. बायकोनं विचारलं,

'ते कुठल्या भाषेत बोलत आहेत?'

मुल्ला म्हणाला,

'हिब्रू.'

त्यावर बायकोनं विचारलं,

'तुम्ही का हसताय्? तुम्हांला हिब्रू येतं कुठं?'

मुल्ला म्हणाला,

'माझा ऑडियन्सवर विश्वास आहे.'

बुद्धाच्या बाबतीतसुद्धा असंच घडलं असावं. बुद्ध असो किंवा ख्रिस्त असो, महावीर असो, कृष्ण असो, कबीर असो, काही मोजके अपवाद वगळले, तर सामान्य माणसं इतरांवर विश्वास ठेवून या महान व्यक्तींवर विश्वास ठेवतात. खोटं हसण्यात काय अर्थ आहे? आकलन होऊन माणूस जेव्हा मनापासून हसतो, तेव्हा शरीरातले सगळे मज्जारज्जू टवटवीत होतात. ह्या अर्थानंच विश्वास ठेवणं ही धोकादायक गोष्ट आहे. खोटा प्रतिसाद देण्यापेक्षा सरळसरळ आपलं अज्ञान प्रकट केलं, तर ते जास्त

हितकारक आहे. किमान तुम्ही प्रामाणिक आहात, हे तरी लोकांना समजेल. हा प्रामाणिकपणा हळूहळू वाढीस लागेल. तुम्हांला अभिप्रेत असणाऱ्या गोष्टींचा तुम्ही शोध घेऊ लागाल. फार काळ अंधारात राहणं कुणालाच आवडत नाही. जिज्ञासू माणसाला शंका-समाधान करून घेण्याचं वेड असतं. जाणून घेण्याची ओढ प्रत्येकाला उपजत असते. एवढ्यासाठीच विश्वास ठेवणं सोडून द्या. स्वत: शोधक व्हा. आपल्याला काय माहिती आहे आणि काय नाही– म्हणजेच, ज्ञात किती आणि अज्ञात किती, याची जाणीव पहिल्या पायरीवर व्हायला हवी. ही जाणीव झाल्याबरोबर माणूस अज्ञाताच्या दिशेनं प्रवास करू लागतो.

शोध घेणं हा माणसाचा उपजत गुण आहे. प्रत्येक लहान मूल अमर्याद प्रश्न घेऊनच जन्माला येतं. जीवनाबद्दल त्याला एवढी उत्सुकता असते, कुतूहल असतं, की त्याचं प्रश्न विचारणं थांबतच नाही.

पानांचा रंग हिरवा का?

आपण शास्त्रशुद्ध उत्तर देतो,

'झाडांच्या पानात 'क्लोरोफिल' जास्त असंत. म्हणून पानं हिरवी असतात.'

त्याचा प्रश्न येतो,

'पानांतच क्लोरोफिल जास्त का असतं?'

मग आपण म्हणतो,

'तू आता भलतेसलते प्रश्न विचारू नकोस. खेळायला जा. मलाही वेळ कमी आहे.'

विलक्षण हुशारी घेऊन आलेल्या मुलाला आपण असं गप्प करतो. एखाद्या गोष्टीवरची श्रद्धा तुम्हांला सगळं माहीत असल्याचा निवांतपणा देते. पण हा निवांतपणा शेवटी फार महाग पडतो.

एका लाँचमधून काही माणसं सहलीला चालली होती. त्या मोटार लाँचचा पायलट, शेजारच्या एका माणसाला म्हणाला,

'मी वर्षोन् वर्ष लाँच चालवतोय्. समुद्रात छुपे खडक कुठंकुठं आहेत, हे मला अचूक समजतं.'

हे म्हणेम्हणेतो, त्यांची लाँच एका खडकावर आपटली.

कॅप्टन आपल्याच रुबाबात म्हणाला,

'त्यापैकी हा एक खडक.'

हे कोणत्या तऱ्हेचं ज्ञान? हे तुम्हांला काय मदत करणार? यालाच 'सो कॉल्ड नॉलेज' म्हणतात. या प्रकारचं ज्ञान तुम्हांला खोटी प्रतिष्ठा मिळवून देतं. त्याशिवाय कोणत्याही संकटातून मुक्त होण्याकरिता हे नकली ज्ञान कुठलीही मदत करत नाही. या क्षणी हे ओझं टाकून द्या. असल्या तऱ्हेचं खोटं ज्ञान टाकून दिलं, तर तुम्ही ताजेतवाने व्हाल.

ॲल्डॉस हक्सले ह्या गृहस्थाची प्रचंड मोठी लायब्ररी होती. अत्यंत दुर्मीळ पुस्तकं आणि काही हस्तलिखितं त्यानं कौतुकानं जपली होती. हा माणूस सौंदर्यवेधी होता. एके दिवशी त्या वाचनालयाला अचानक आग लागली. कपटान् कपटा जळून गेला.

ही हानी बघून हॅक्सलेला नक्की वेड लागणार, असं अनेकांना वाटलं. पण हक्सले एकाला म्हणाला,

'मला वेड लागेल, असं तुला वाटलं?'

'हो.'

'आश्चर्य आहे. माझीही अशीच समजूत झाली होती. मला हा धक्का पेलवणार नाही. पण आज मला काहीही वाटत नाही आणि त्याहीपेक्षा खरं सांगायचं झालं, तर मला, मी मोकळा झालो, असं वाटतंय्. डोक्यावरचा भार उतरल्यासारखा वाटतोय्.'

तुम्हीही तुमच्या मनातल्या चुकीच्या श्रद्धा आगीत फेकून मोकळे व्हाल, तर हक्सलेप्रमाणेच तुम्हांलाही शांत वाटेल. प्रत्येकाला चांगलं काय आणि वाईट काय, हे माहीत असतं. क्रोध वाईट. हे सगळेच मान्य करतील आणि तरीसुद्धा आपण जाता-येता रागावत असतो. असं असेल, तर मिळालेल्या ज्ञानाचा उपयोग काय? जिथं दरवाजा आहे, तिथून बाहेर न जाता 'भिंतीमधूनच जाईन' असा हेका धरण्यासारखं आहे.

दरवाजा कुठं आहे? हे माहीत असूनसुद्धा जर माणूस भिंतीवरच वारंवार आपटत राहिला, तर तो दरवाजा ही एक फॅण्टसी आहे. थोडक्यात म्हणजे, ज्ञान हा तुमचा अनुभव व्हायला हवा.

बायझीद नावाचा एक सूफी ध्यानधारणेला बसला होता. सुमारे बारा वर्षं ध्यान केल्यावर परमेश्वर प्रसन्न झाला, परमेश्वरानं एक देवदूत बायझीदकडं पाठवून दिला. तो देवदूत बायझीदला म्हणाला,

'परमेश्वर तुझ्यावर प्रसन्न झाला आहे. काय हवं, ते मागून घे.'

बायझीद म्हणाला,

'या जगात फुकट काहीच मिळत नाही आणि जे फुकट मिळतं, त्याला काही किंमत नसते. मला जे काही हवंय्, ते मी काबाडकष्ट करून मिळवीन.'

देवदूत म्हणाला,

'काबाडकष्ट करण्याचे तुझे दिवस आता संपले आहेत. तुला जे हवं आहे, ते एका क्षणात मिळेल.'

बायझीद म्हणला,

'जे मिळेल, ते उसनं असेल. प्रत्यक्ष परमेश्वरानं दिलं, तरीही ते उसनंच.'

देवदूत म्हणाला,

'परमेश्वरी कृपा आतापर्यंत कोणीही नाकारलेली नाही. तू नकार दिलास, तर परमेश्वराचा कोप होईल.'

त्यावर बायझीदनं इकडं तिकडं पाहिलं, जवळच कंदील होता. पण त्यातलं तेल संपत आलं होतं. बायझीदनं तो कंदील हलवत त्या देवदूतला सांगितलं,

'ह्या दिव्यातील तेल संपत आलेलं आहे. इथं जंगलात मिट्ट काळोख आहे. मला जर काही द्यायचं असेल, तर परमेश्वराला सांग. माझा शोध संपेपर्यंत ह्या दिव्यातील तेल संपणार नाही, अशी व्यवस्था कर. म्हणजे मी मध्यरात्रीपर्यंतसुद्धा ध्यान करू शकेन.'

देवदूत निघून गेला. परमेश्वर प्रसन्न झाला. तो म्हणाला,

'बायझीदनं जे मागितलं, ते योग्य आहे. त्यानं इतर कुठलीही वस्तू मागितली असती, तर ती मोठी चूक ठरली असती.'

शरीराला धक्का न लावता तुम्हांला जे मिळतं, ते तुमचं नसतं. स्वकष्टावर माणूस जे मिळवतो, तीच त्याची खरी संपत्ती असते.

एक मुलगा कसं पोहावं, हे शिकत होता. सुमारे एक आठवड्यानंतर तो घरी नाचत-नाचत गेला. त्यानं वडिलांना सांगितलं,

'आज मी डाइव्ह बोर्डवरून उडी मारली.'

बाप म्हणाला,

'हे तू मला मागच्याच आठवड्यात सांगितलंस.'

त्यावर तो मुलगा म्हणाला,

'त्या दिवशी मला ढकलायला कुणीतरी होतं. आज मी आपणहून उडी घेतली.'

कुणीतरी ढकलणं आणि आपणहून उडी मारण्याचा प्रयत्न करणं ह्यात गुणात्मक अंतर आहे. म्हणूनच स्वस्त मिळणाऱ्या गोष्टींपासून लांब राहा. त्या वस्तुंच्या देखणेपणावर तुम्ही भाळाल. अशा वेळी मनावर ताबा ठेवा आणि एक गोष्ट कायम लक्षात ठेवा, आयुष्यात कुठंही शॉर्ट कट् घेऊ नका. विश्वास ठेवणं हा शॉर्ट कट् झाला. श्रद्धा म्हणजे आतला आवाज.

■

प्रेममयी ईश्वर

माणसाची व्याख्या अनेकांनी वेगवेगळ्या प्रकारे केली आहे.
बहिणाबाईंनी तर,
'अरे मानसा, मानसा,
कधी व्हशील मानूस?'
असा प्रश्न माणसाला विचारला आहे. ओशोंनी माणसाचं एक वैशिष्ट्य सांगितलं
आहे. ते म्हणतात,
'माणूस हा एक न संपणारा शोध आहे. माणूस सापडणं हे जसं कठीण आहे,
त्याप्रमाणे माणूसही काही ना काही शोधत असतो. माणसाचा हा शोध नेमका
कशासाठी आहे?'
विश्वाचा हा अवाढव्य पसारा कोण सावरत आहे? हा एक शोध आहे. वाटलं, तर
त्याला देव म्हणा, किंवा सत्य म्हणा. नाव कोणतं द्यायचं, हा महत्त्वाचा प्रश्न नाही.
तल्लख बुद्धीचा माणूसच ह्याच्यावर विचार करतो आणि शोध घेण्यासाठी बाहेर
पडतो. शास्त्र, तत्त्वज्ञान, धर्म सगळ्यांकडून एकाच प्रश्नाची विचारणा होते. त्याची
उत्तरं वेगवेगळी येतील, पण प्रश्नाचं रूप तेच राहील.
धार्मिक वृत्तीची माणसं याला 'परमेश्वर' म्हणतात. शास्त्रज्ञांना हा शब्द मान्य होणार
नाही. देव हा शब्द फारच वैयक्तिक पातळीवरचा वाटतो. म्हणून शास्त्रज्ञ त्याला
'इलेक्ट्रिसिटी' म्हणतील. मॅग्नेटिझम यासारखा शब्द वापरतील किंवा 'एनर्जी
फील्ड' असं म्हणतील. तत्त्ववेत्ते त्याला वेगवेगळी नावं देतील. 'ब्रह्म' म्हणतील.
थेल्सपासून बर्ट्रान्ड रसेलपर्यंत अनेकांनी अनेक नावं सुचवली. कुणी जलतत्त्व
म्हणतं, कुणी अग्नितत्त्व म्हणतं. तरीसुद्धा प्रश्नमाला संपत नाही. या सगळ्या
विश्वाला नेमकेपणानं कुठल्या शक्तीनं एकत्र ठेवलंय्?
बाऊलच्या संकल्पनेनुसार हे अवघं विश्व प्रेमाच्या धाग्यानं बांधून ठेवलं आहे.
परमेश्वरी चैतन्याला धरित्रीच्या गर्भातील गुरुत्वाकर्षणाची जोड दिली गेली आहे.

म्हणून हे विश्व उभं आहे. ते प्रेमानं जोडलं गेलं आहे, असं मानायचं झालं, तर 'जनुस' या रोमन दैवताची आठवण येते. या रोमन देवतेला द्विमुखी असं म्हणतात. त्यांपैकी एका मुखाची दिशा जमिनीकडं आहे, तर दुसरं मुख आकाशाच्या दिशेनं आहे. या देवतेचा जमिनीकडं तोंड असणारा चेहरा पाहिला, म्हणजे लालसेचं प्रार्थनेत रूपांतर झाल्यासारखं वाटतं. सूर्याकडं पाहणाऱ्या चेहऱ्याकडं पाहिलं, म्हणजे चिखलातून उगवून सूर्याकडं बघणाऱ्या कमळासारखं वाटतं.

प्रेम म्हणजे नक्की काय? याची व्याख्या न करता ती अवस्था प्रत्येकाच्या परिचयाची आहे. गुरुत्वाकर्षणाप्रमाणेच प्रेमात ओढ लावण्याची जबरदस्त ताकद आहे. तुम्ही-आम्ही प्रेम करत नसून, आपण त्यात ओढले जातो. लोहचुंबकाप्रमाणे प्रेमात जबरदस्त ताकद असते. एवढ्यासाठीच 'प्रेमात पडणं' हा वाक्प्रचार आपण वापरू लागलो. प्रेमात पडलेल्या माणसाचा नुसता चेहरा पाहिलात, तर ओळखीचा माणूस परका वाटायला लागतो. प्रेम म्हणजे लोखंडाचं सोन्यामध्ये रूपांतर करणारा परीस आहे. परमेश्वरानं फेकलेल्या जाळ्यात माणूस नकळतपणे अडकतो. आकाश-पाताळ एक झाल्यासारखं वाटतं. माणसातलं देवत्त्व दिसू लागतं. प्रेमात एक विद्युतशक्ती आहे. बाऊलच्या संकल्पनेप्रमाणे प्रेमाच्या रज्जूंनी हे जग अखंड ठेवलं आहे, हे पटण्यासारखं आहे. प्रत्येकजण त्या अनुभवातून जातो, याचाच अर्थ प्रत्येकाची ती प्रचीती ठरते. प्रेम तुम्हांला कोणतेही प्रश्न विचारत नाही. ते जात पाहत नाही, धर्म पाहत नाही. 'कॉमन' माणसाला 'अन्कॉमन' बनवण्याची ताकद फक्त प्रेमात असते. प्रत्येक माणसाला पूर्णत्त्व देण्याची शक्ती फक्त प्रेमातच आहे. ओशो सांगतात,

'तुम्हांला तीन L दिलेले आहेत. 'लाईफ', 'लव्ह' आणि 'लाईट'. तुम्हांला जीवन दिलं, लाईट म्हणजे प्रकाशही दिला. तुमच्यावर जबाबदारी एवढीच आहे ती म्हणजे जीवन आणि प्रकाश यांची सांगड घालणं. जीवनाचा मार्ग सुकर बनण्याकरिता आणि शेवटपर्यंत आनंदात जगण्याकरिता हे तीन 'एल्' पुरेसे आहेत. बाऊल लोकांचा सगळी जीवनक्रमच या तीन 'एल्' वर चालतो. बाऊल लोकांच्या धारणेनुसार 'प्रेम' आणि 'परमेश्वर' या दोन विभक्त गोष्टी नाहीत.'

परमेश्वर हा चैतन्यरूप आहे, असं असताना आपण ज्याला आधुनिक माणूस म्हणतो, त्याला आयुष्याविषयी काही इंटरेस्ट आहे, असं वाटत नाही. या विश्वात आपल्याला आपल्या मनाविरुद्ध कोणीतरी फेकलं आहे, असं तो समजतो. असं जर एखाद्याला वाटत असलं, तर त्यामागचं कारण काय असेल?

अंत:करणाचा विशाल प्रदेश सोडून जी मंडळी बुद्धिप्रामण्यवादाला जास्त महत्त्व देतात, त्यांच्या बाबतीत वरील अवस्था संभवते.

ओशोंचं हे विधान मला शंभर टक्के रास्त वाटतं. मी स्वत: अशी कितीतरी माणसं

पाहिलेली आहेत. भावनाप्रधान माणसाकडं बघताना एखाद्या गुन्हेगाराकडं आपण पाहत आहोत, असा त्याचा चेहरा होतो. माझ्या एका मित्राच्या मुलीच्या लग्नात तर फारच गंमत झाली. निरोप घेण्यासाठी ती जेव्हा माझ्या मित्राजवळ आली, तेव्हा तिनं तिच्या वडिलांच्या खांद्यावर डोकं टेकवून हुंदके द्यायला सुरुवात केली.

आमचा परम मित्र पुतळ्यासारखा शांत होता.

सगळेजण आपल्याकडंच बघत आहेत, हे जेव्हा मित्राच्या लक्षात आलं, तेव्हा त्यानं मोठ्या कष्टानं उजवा हात लेकीच्या पाठीवर ठेवला. तो तरी कसा? आपल्याला हिंदी चित्रपटात 'स्लो मोशन'मध्ये जशी हालचाल दाखवतात, तितक्या थंडपणे मित्रानं तिच्या पाठीवर हात ठेवला.

समजुतीखातर जे बोलतात, ते बोलणे नसून भाष्य वाटलं. अगदी कोरड्या आवाजात तो म्हणाला,

'आज ह्या तारखेला तुझं लग्न होणार, हे आपल्या सगळ्यांना सहा महिन्यांपासून माहीत आहे. मग आजच तुला हे रडावंसं का वाटतंय्?'

आमच्या सगळ्यांचे डोळे पाणावले होते. पण हा पठ्ठ्या शांत. अशा माणसांच्या बाबतीत भावनात्मक पातळीवर अंत:करणात कालवाकालव होत असेल, तर ते, बायपास सर्जरी करतात, त्याप्रमाणे तिकडं दुर्लक्ष करतात.

विचारांइतकं मिथ्या दुसरं काही नाही. याचं कारण विचारांच्या साहाय्यानं तो जेव्हा 'जग हे काय आहे?' ह्याचा शोध लावायचा प्रयत्न करतो, त्याच वेळेला परमेश्वर भावनात्मक पातळीवरून अशा माणसांना समजून घेण्याच्या प्रयत्नात असतो. विचारवंतांची मती कुंठित होईल, एवढा जगाचा पसारा आहे. पण काही इलाज नाही. प्रेममय दृष्टीतून त्याचं उत्तर सरळ सरळ मिळण्यासारखं आहे. तिथं माणूस बुद्धीचा वापर करतो. बुद्धीच्या जोरावर तुम्ही तर्कशास्त्र निर्माण करू शकता. तर्काला मर्यादा घालता येतात. प्रेम अमर्याद असतं. तर्कानं काहीही घडवता येतं. ह्या उलट, प्रेमाच्या बाबतीत ते आपोआप घडतं. तर्काच्या जोरावर आपण कुणीतरी आहोत, याची जाणीव होते, तर प्रेमाच्या बाबतीत आपल्याला अस्तित्त्व उरत नाही. यालाच जे. कृष्णमूर्ती 'हॅपनिंग' म्हणतात. प्रेम घडतं, घडवून आणता येत नाही. प्रेम तुम्हांला अंतर्बाह्य व्यापून टाकतं, ते कधी? तुम्ही त्याला स्वीकारता, तेव्हाच हे घडतं. प्रेमाचा आविष्कार आणि परमेश्वरी अस्तित्त्व ह्या दोन्ही गोष्टी एकच आहेत. जिथं तर्क आहे तिथं शुष्क कोरडेपणा आहे.

मुल्ला नसरुद्दीन एका समारंभाला गेला होता. एका गृहस्थाची आणि त्याची 'हे डॉक्टर आहेत,' अशी ओळख करून देण्यात आली होती. त्या क्षणी नसरुद्दीननं विचारलं,

'डॉक्टर, माझ्या छातीच्या उजव्या भागातून मधूनच कळा येतात.' त्याचबरोबर तो

गृहस्थ म्हणाला,
'आय् ॲम अ डॉक्टर ऑफ फिलॉसॉफी.' एवढं बोलून त्यानं मुल्लाकडं पाठ केली. नसरुद्दीननं पटकन त्याच्या खांद्यावर हात ठेवून त्याला विचारलं, 'फिलॉसॉफी? ही व्याधी कुणाला होते?'
खरंय्, फिलॉसॉफी एक तऱ्हेची व्याधीच आहे. साधीसुधी नव्हे, कॅन्सरपेक्षा भयानक. व्याधीचा नेमका अर्थ काय? वास्तवाशी असलेलं तुमचं नातं तुटलं की, व्याधी सुरू होते. ज्या वेळेला तुमचं डोकं वास्तवतेपासून अंतरावर जातं, त्या क्षणी डोकेदुखी सुरू होते, ज्या क्षणी तुम्ही स्वायत्त समजून, समाजापासून स्वतंत्र होता, त्या क्षणी ही व्याधी सुरू होते. एकमेकांवर अवलंबून राहण्यातली निसर्गाची रहस्यमय निर्मिती आहे, तोपर्यंत निसर्ग शांत असतो. एकमेकांवर काही प्रमाणात अवलंबून राहण्यात एक सौंदर्य आहे. एकमेकांना जोडणारा हा एक धागा आहे, हेच संसाराचंही सूत्र आहे. माझं बायकोवाचून अडत नाही, असं म्हणणं किंवा बाईनं 'माझी मी एकटी राहू शकते' असं म्हणणं ही आदर्श विधानं नव्हेत.
एखाद्या माणसाला पॅरालिसिस् होतो, म्हणजे काय होतं? तर शरीराबरोबर असलेलं त्याचं नातं संपुष्टात येतं. त्याला जर व्याधी म्हणायचं असेल, तर फिलॉसॉफीइतकी गंभीर व्याधी दुसरी कुठलीच नाही.
या व्याधीचं समर्थन तुम्ही इतक्या ठामपणे करता, की आपल्याला व्याधी झाली आहे, याचंही तुम्हांला विस्मरण होतं. असा माणूस सगळ्या अस्तित्त्वाकडं जेव्हा पाहतो, तेव्हा तो तर्कानंच पाहतो, प्रेमानं नव्हे. तुम्ही ज्या वेळेला प्रेमयुक्त नजरेनं सर्वत्र बघता, तेव्हाच तुम्हांला वास्तवतेची ओळख होते. निसर्ग तुम्हांला भेटण्यासाठी आक्रोश करीत असतो.
तसाच आक्रोश तुमचाही सुरू होतो. या दोघांचा जेव्हा संगम होतो, तेव्हा एक स्वर्गीय पातळीची घटना घडते.
अंश जेव्हा पूर्णत्त्वाला भेटतो आणि पूर्णत्त्वसुद्धा अंशामध्ये सामावून जातं. तेव्हाच प्रेमाचा उगम होतो. या पृथ्वीवर जेवढ्या भाषा बोलल्या जातात, त्या सगळ्या भाषांत प्रेम हा मोठा जबरदस्त शब्द आहे. कारण तो शब्द अनुभवातून साकारतो आणि तो अत्यंत वास्तववादी आहे. कारण काय असेल, हे सांगता येत नाही; पण प्रेमाची आणि माणसाची फारकत बालपणापासून होते. मनानं हळुवार असणाऱ्या मुलाला वा मुलीला मोठ्या माणसांकडून एकच वाक्य ऐकू येतं, ते म्हणजे, 'हे असं कायम राहून भागणार नाही.'
थोडक्यात अंत:करणापासून फारकत घेऊन मुलाला बुद्धीच्या ताब्यात दिलं जातं. पिढ्यान् पिढ्या हे असे संस्कार झाल्यामुळं, प्रेमामध्ये स्वत:ला झोकून द्यायला माणूस तयार होत नाही. ह्यालाही कारणं आहेत.

प्रेम हा एक धोकाही आहे. त्याचं स्वरूप एवढं अवाढव्य आहे, की ते तुम्हांला पेलवत नाही. प्रेमात पडलेल्या माणसाच्या पाठीचा कणा मोडतो. प्रेम माणसाला दुबळं बनवतं. प्रेम माणसाला कुठं घेऊन जाईल, हे सांगता येत नाही. हा अंधारातला प्रवास आहे. झाडाची मुळं अंधारातच प्रवास करतात. पाणी सापडण्यासाठी त्यांना रोज अधिक खोलवर जावं लागतं. पाण्याचा एखादा झरा जमिनीच्या पोटात सापडेपर्यंत त्या मुळांना स्वस्थ बसता येत नाही. हा प्रवास जर त्यांनी नाकारला, तर झाड उभं राहणार नाही.

मानवी शरीरात हृदय हे सगळ्यांत अंधारात असतं. माणसं अंधाराला घाबरतात. जे काही घडतंय्, ते उजेडात घडावं, म्हणजे प्रत्येक क्षणी होणारा बदल आपल्याला पाहता येईल. प्रेमाच्या बाबतीत हाच न्याय लागू आहे. प्रेमाच्या बाबतीत कुठलाही तर्क करता येत नाही. गणिताप्रमाणे प्रेमात 'रेडिमेड' उत्तर मिळत नाही. प्रेम म्हटलं, म्हणजे भविष्यकाळ उरत नाही.

समाजसुधारक, समाज, धर्म, प्रार्थनास्थळ, संस्कार या सगळ्यांचा प्रवास एका दिशेनं सुरू असतो. लहान मुलाला जास्तीत जास्त लॉजिकल कसं बनवायचं, या खटाटोपात माणसं हिरिरीनं भाग घेतात. विचारांनी एकदा त्यांचा मेंदू काठोकाठ भरला, म्हणजे अंतःकरणाची भाषा तो विसरतो. खरं तर, प्रत्येक मूल जन्माला येताना प्रेमाचा खजिना बरोबर आणतं. लहान मुलांच्या डोळ्यांत फक्त डोकावून पाहावं, तिथं प्रेमाव्यतिरिक्त दुसरं काहीही दिसणार नाही. फक्त प्रेम आणि प्रेमच असल्यामुळं लहान मूल सापाशीसुद्धा खेळतं. ते विजेचा दिवा हातात धरण्याचा प्रयत्न करतं. लहान मूल कोणाबरोबरही फिरायला जातं. कारण त्याच्या मनात कसल्याही शंका नसतात. आपण त्यांचं मन भ्रष्ट करू लागतो. थोडी जाणीव असणारं मूल समोरच्या माणसाचा चेहरा पाहून त्याच्याकडं जायचं किंवा नाही, हे ठरवू लागतं. आपण त्याला सावध राहायला शिकवतो, आपण त्याला भ्यायला शिकवतो, आपण त्याला दूरदर्शीपणा शिकवतो. या सगळ्या शिकवणुकीतून प्रेमाची हत्या होते.

मुल्ला नसरुद्दीन एकदा बेशुद्ध पडला. डॉक्टरांना तात्काळ बोलावण्यात आलं, प्रयत्नांची शिकस्त करून डॉक्टरांनी मुल्लाला वाचवलं.

नसरुद्दीन व्यवस्थित सावध झाल्यावर डॉक्टरांनी विचारलं,

'या बाटलीवर 'विषारी' असं लिहिलं होतं ना?'

नसरुद्दीन म्हणाला,

'मी विश्वास ठेवला नाही.'

डॉक्टरांनी विचारलं,

'का?'

मुल्लानं सांगितलं,
'मी ज्यांच्या ज्यांच्यावर विश्वास ठेवला, त्या सगळ्यांनी माझा विश्वासघात केला.'
समाजात हेच चित्र आपल्याला दिसतं.

दुसऱ्यावर विश्वास कसा ठेवायचा नाही, हेच सांगितलं जातं. ही प्रक्रिया इतक्या मंद गतीनं होते, की आपल्यात काही बदल घडतोय्, हे ज्याचं त्यालाही समजत नाही; आणि जेव्हा आपल्या लक्षात येतं, तेव्हा फार उशीर झालेला असतो. अशा माणसाला कालांतरानं 'अनुभवी माणूस' असं म्हटलं जातं. अंत:करणापासून त्याची पूर्ण फारकत केली, म्हणजे त्याला धोरणी समजलं जातं. आता तो कोणापासूनही फसत नाही; पण त्याच वेळेला त्यानं आपल्या स्वत:चीच फसवणूक केली आहे, हे त्यालासुद्धा कळत नाही.

प्रेम करणारा स्वर्गीय आनंद विकून त्याच्या बदल्यात तो शंकेखोरपणा शिकतो. त्यानंतर एक अजब परिवर्तन होतं, माणसांवर प्रेम करावं, तर ती दगा देतात. प्रेमाची भूक भागवण्याकरिता काही माणसं पैशाच्या मागं लागतात. काही माणसं आपलं घर सजवण्यात दंग होतात. कुणी आपल्या गाडीवर प्रेम करतं, तर कुणी कपड्यांवर, तुम्ही घरावर प्रेम केलंत, तर घर तुम्हांला फसवत नाही. गाडीवर प्रेम करा, ती माणसांपेक्षा जास्त प्रामाणिक असते. त्यातून चुकून एखाद्यानं माणसावर प्रेम केलंच, तर ही माणसं त्यांचा वस्तुसारखा उपयोग करतात. तुम्ही जर एखाद्या बाईवर प्रेम केलंत, तर घाईघाईनं तिच्याशी लग्न करून तुम्ही तुमच्या प्रेमाची उंची किंवा उंचीचं प्रेम दोन्ही खाली आणता. पत्नी झाल्याबरोबर तिला पत्नीची कर्तव्यं पार पाडावी लागतात. प्रेयसीपेक्षा बायको या शब्दात जास्त सुरक्षितता आहे. हीच गोष्ट बायकांनाही लागू आहे. आवडणाऱ्या पुरुषाचं नवऱ्यांत रुपांतर कधी करता येईल, यासाठी बायका उतावीळ होतात. प्रेमिकाचा भरवसा काय? त्याला उद्या दुसरी मुलगी आवडली, तर? म्हणून चार अक्षता डोक्यावर पडल्या, म्हणजे बायका निश्चिंत होतात.

पती-पत्नी नात्याला समाजाकडून मान्यता मिळते, त्यासाठी कायदा आहे, कोर्ट-कचेऱ्या आहेत, वकील आहेत, सरकार आहे. थोडक्यात, पूर्वीचं स्वाभाविक प्रेम विसरून माणसं औपचारिक होतात. प्रेमाचीच दहशत बाळगतात. लग्नसंस्थेपायी घर उभं राहत असेल, पण प्रेमाचं काय? लग्न झाल्यानंतर प्रियकर-प्रेयसी हे नातं संपून पति-पत्नी हे नातं स्वीकारलं जातं. या नात्यामध्ये कोणत्या ना कोणत्या कामाची, निव्वळ अटळ व्यवहाराची गोष्ट असते. त्या अपेक्षा पूर्ण झाल्या नाहीत, म्हणजे संघर्ष सुरू होतात. 'प्रपोज्ड मॅरेज' किंवा 'लव्ह मॅरेज' हे रेल्वेचं तिकिट काढण्यासारखं आहे. ही एक गोष्ट जाता-जाता होते. प्रवास हा कायमचा असतो. संसार हा एक प्रवास आहे. त्याचप्रमाणे संसारात प्रयासही आहेत. कोण कुणाचा मालक? आणि

कोण गुलाम? या जंक्शनवरच गाड्या अडकून पडतात. प्रेमाची व्याख्या शब्दांत मांडणं अत्यंत कठीण आहे. प्रेमात आदर हवा, अत्यादर भाव हवा, अंत:करणात खोलवर ओढ हवी. त्याहीपेक्षा ज्या व्यक्तीवर आपण प्रेम करतो, तिच्या सहवासात 'आनंदाचे डोहीं आनंदतरंग' अशी अवस्था व्हायला हवी.

या मार्गात जे काटे आहेत, त्यातला पहिला काटा बुद्धिवादी होणं, अंत:करणाचा भाग विसरून मेंदूचा जास्त वापर करणं, हे झालं पहिलं संकट. दुसरं संकट म्हणजे, व्यक्तीऐवजी वस्तुंवर प्रेम केलं जातं. ज्या क्षणी आपल्या हे ध्यानात येतं, त्या क्षणी बुद्धीचं छोटंसं राज्य सोडून प्रेमाच्या राजधानीकडं, अंत:करणाच्या दिशेनं प्रस्थान ठेवू या. ह्यालाच बाऊल प्रेम म्हणतो.

धार्मिक लोकांनी दिलेल्या शिकवण्या, हितशत्रूंनी घेतलेली दखल– सगळ्यांकडं पाठ फिरवावी. ज्यांना ज्यांना असं वाटतं, की आपण या माणसाला मदत करत आहोत, त्या सगळ्यांना थांबवा. आई-वडिलांपासून थेट मित्रांपर्यंत जेवढी माणसं, तुमचं भलं व्हावं, असं म्हणत धडपड करतील, त्यांच्या सदिच्छेबद्दल शंका न घेता त्यांना ठराविक अंतरावर ठेवा. तुमच्यासाठी ते धडपडतात, यात त्यांची काहीच चूक नाही. आई-वडील पाठीशी उभे राहतात, तोही प्रेमाचाच भाग आहे. पण तुमचा आतला आवाज जर तुम्हांला काही वेगळं सांगत असेल, तर तो आवाज म्हणजे, तुम्हांला अभिप्रेत असलेल्या दिशेकडं नेणारं सुकाणू आहे, असं समजा.

गुर्जिएफ त्याच्या शिष्यांना उद्देशून सांगतो,

'जो माणूस आपल्या आई-वडिलांना क्षमा करतो, तोच खरा धार्मिक माणूस.'

आई-वडिलांना क्षमा? कसं शक्य आहे? ही तर सर्वांत अवघड बाब. तुम्हांला ज्या क्षणी जाणीव होईल, त्या क्षणी आई-वडिलांना क्षमा करणं अशक्य होऊन बसेल. त्यांनी त्यांच्या रक्ताचं पाणी केलं आहे. पण त्याच वेळेला तुमच्या अंत:करणातला प्रेमाचा ओलावा घालवून त्या जागी मृतवत तर्कशास्त्र दिलं. तुमचं जितं-जागतं चैतन्यरूप अस्तित्व नष्ट करून त्यांनी परंपरेची चौकट तुमच्यासमोर ठेवली. तुम्ही दिशादर्शक होणार होतात. त्याऐवजी आई-वडिलांनी तुम्हांला मुक्कामाचं ठिकाण दिलं. आई-वडिलांना यासाठीच क्षमा करणं अशक्य आहे. म्हणूनच सगळ्या धर्मशास्त्रांनी आणि परंपरांनी तुम्हांला वर्षानुवर्ष एकच बोधवाक्य दिलं. 'आई-वडिलांचा आदर करा.' आदर करणं शक्य नसेल, तर कमीत कमी क्षमा तरी करा. फक्त तुम्हांला ते जाणवलं पाहिजे. येशू ख्रिस्तानं मरताना हेच शब्द वापरले होते. 'हे परमेश्वरा, या तुझ्या मुलांना क्षमा कर. कारण आपण काय करीत आहोत, हे त्यांना समजत नाहीए.' आज प्रत्येक नवीन मूल क्रॉस घेऊनच जन्माला येतं. तसं घडलं नाही, तर तुमच्यासाठी क्रूस तयार करायचं काम तुमचे शत्रु करीत नाहीत, तर तुमचे आई-वडिलच ते काम करतात. म्हणून प्रत्येक मूल सुळी गेलं आहे.

बुद्धीचं वर्चस्व अतोनात वाढवून त्यानं तुमच्यांत जी उत्स्फूर्तता (Spontaneity) होती, तिचा बळी घेतला आहे, ते हुकुमशहा झाले. तुमच्या अंत:करणातून वाहणारा प्रेमाचा झरा त्यांना दिसत नाही. पण तुम्हांला तुमच्या हृदयाची हाक ऐकता यायला हवी. तर्कनिष्ठ वृत्ती, तर्कनिष्ठ स्वभाव थोडा सोडायला हवा. छोट्या-मोठ्या आपत्तीमधून तुम्हांला बाहेर येता आलं पाहिजे. अपरिचित दिशा स्वीकारावी लागेल आणि वस्तूंपेक्षा व्यक्तींवर प्रेम करायचा निश्चय केला पाहिजे. दुसऱ्यावरचा मालकी हक्क सोडून देता आला पाहिजे. कारण मालकी हक्काची भावना निर्माण होताक्षणी, व्यक्तीचं वस्तूत रूपांतर होतं. ज्या क्षणी तुम्ही प्रेमात पडता, त्याच क्षणी मालकी हक्काची भावना सुरू होते. तुमच्यातला राक्षस तुम्हांला अधिकार गाजवायला शिकवतो. त्याचप्रमाणे समाजाचा राक्षस, संस्कृतीचा राक्षस आणि देवळातला राक्षस तुम्हांला खुणावत राहातो. धर्माचा राक्षस आकर्षक मुखवटा धारण करतो आणि बोधवाक्यं ऐकवतो,
'सावधान!'
तुम्हांला बाऊल व्हायचं असेल, तर तुमच्यांतील प्रेमिकाला मालकी हक्क विसरायला लावा.
मुल्ला नसरुद्दीन एका गृहस्थाला म्हणाला,
'आपल्या दोघांमधे काहीही कॉमन नसताना आपण एकमेकांच्या किती जवळ आलो.'
त्यावर तो गृहस्थ म्हणाला,
'एक गोष्ट कॉमन आहे. तू मला विक्षिप्त वाटतोस आणि तुझी त्याला मान्यता आहे.'
चुकीच्या तत्त्वांवर माणसाचं लवकर एकमत होतं. म्हणून एका गोष्टीत सावध राहा. तुमच्यांतल्या अहंकारानं तुम्हांला जिंकल्यासारखं वाटू देऊ नका. हा अहंकार जेव्हा नष्ट होईल आणि तुमच्यांतल्या स्वभावाशी मिळतीजुळती परिस्थिती निर्माण झाली, तर तुम्हांला शांतीचा प्रत्यय आला, असं म्हणा. मानसिक संतुलन बिघडलं, म्हणजे अहंकार डोकं वर काढतो. तो तुम्हांला सांगत राहतो, 'तू कुणीतरी आहेस. तुझं मोठेपण अजून समाजाला समजलेलं नाही.' आपण लगेच इरेला पेटून उठतो. गर्वानं मिरवावी, अशी एखादी तरी गोष्ट मिळवतो. कुणी पैसा मिळवतो, कुणी पद, कुणी प्रतिष्ठा, नाही तर रूपवान पत्नी. काही माणसं तर महात्मा होण्याची स्वप्नं बाळगतात. ह्या ना त्या प्रकारे तुमच्या मनात जी फॅण्टसी आहे, तिला स्पर्श करण्याची धडपड सुरू होते. यांपैकी काहीतरी एक घडलं, तर तुम्ही प्रेमिक होऊ शकणार नाही. महत्त्वाकांक्षा हे प्रेमाच्या मार्गातील जहर आहे. पण जो प्रेमिक आहे, त्याला कोणतीही धडपड करावी लागत नाही. आपल्यावर कुणीतरी प्रेम करतंय,

याचा सुखद अनुभव त्याला जगण्याचं प्रयोजन देतो.
एखाद्या माणसानं तुमच्यावरचं उत्कट प्रेम आणि समाजानं केलेला प्रेमवर्षाव या दोन्ही गोष्टी सारख्या नव्हेत. एखाद्या व्यक्तीनं अंत:करणपूर्वक प्रेमाचा कटाक्ष टाकणं आणि हजारो माणसांनी तुमच्याकडं पाहणं यांतही महदंतर आहे. राजकारणात पडलेल्या लोकांची हीच धडपड आहे. अंत:करण असलेला एकही राजकारणी माणूस आपल्याला दिसत नाही. अंत:करणाची मागणी काही संपत नाही. ती गरज भागवायची कशी? मग आपल्याभोवती भला मोठा जमाव उभा करणं याव्यतिरिक्त तो काही करू शकत नाही. ही सगळी गर्दी आपल्यासाठी जमलीय् असं राजकारणी माणसाला वाटतं. गर्दी जमते, पण ती सगळी माणसं स्वत:च्या गरजा पूर्ण करण्याकरिता गराडा घालतात. त्या गर्दीचा आणि नेत्याचा काहीही संबंध नसतो. समाजाचा सलाम खुर्चीला असतो. त्या खुर्चीवरून जेव्हा एखाद्याची हकालपट्टी होते, तेव्हा समाज त्याच्याकडं ढुंकूनही पाहत नाही.
प्रेमातून जे मिळतं, ते सत्तेतून मिळत नाही. तुमच्या पक्षाचं बळ कितीही असो. असंख्य अनुयायी असोत. दुसऱ्या पक्षाशी हातमिळवणी करण्याची गरजही पडू नये, इतकं सामर्थ्य तुमच्याकडं असेल. प्रेमाची बरोबरी कशाशीच होत नाही. प्रेमाच्या देवळात एकदा प्रवेश करा. तुम्हांला किती प्रसन्न वाटेल, हे सांगता येणार नाही. प्रेमाचा एक कटाक्ष तुमच्यात केवढं स्थित्यंतर घडवून आणतो, ते बघा. तुम्ही सम्राटच होता. हृदयाची तडफड होणं यासारखा शाप नाही. कुणावर तरी सर्वस्व झोकून प्रेम करणं, म्हणजे आपण परमेश्वररूप होणं. एका बाजूला जगाचं साम्राज्य आणि एका बाजूला प्रेयसीचा थरथरणारा हात, यांत महान काय, हे तुम्हीच ठरवा. प्रेमात पडणं म्हणजे प्रत्यक्ष परमेश्वरानं खाली उतरण्यासारखं आहे. दोन वृक्षांना मिळून एकच फळ झाल्याचं आपण ऐकलं आहे का? नसेल, तर त्याचं नाव प्रेम. दोन प्रेमिक जेव्हा एकमेकांना भेटतात, तेव्हा तो क्षण अलौकिक असतो. प्रेम म्हणजे अनकॉन्शस अवस्था नव्हे. ती जर तशी झाली, तर त्याला लालसा म्हणावं लागेल. ही प्रेमाच्या शिडीचीच एक पायरी आहे, पण या पायरीला देहातीत अवस्था म्हणतात, तितका दर्जा नाही. तुम्ही जर प्रेमाच्या बाबतीत तुमच्या प्रियकराजवळ असताना कॉन्शस राहू शकला नाहीत, तर अन्यत्र कुठं राहाल? तुम्ही खऱ्याखुऱ्या अर्थानं प्रेमात असाल, तर कॉन्शसनेस्ची अंतिम अवस्था कशी असते, याचा अनुभव घेऊ शकाल. एकमेकांचं अस्तित्वच टप्प्याटप्प्यानं जोडीदाराला कॉन्शस करीत राहतं. हेच प्रेम तुम्हांला जगन्नियंत्याला अर्पण करावयाचं आहे.
बाऊल लोकांना हे असंच प्रेम अभिप्रेत आहे. ते म्हणतात, 'पाण्याच्या विहिरीची गंमत पाहा. त्या विहिरीत पाणी काठोकाठ भरलेलं असतं. पण ती विहिर पाण्यामध्ये विरघळत नाही.'

प्रेमाच्या बाबतीत असंच होतं. तुम्ही त्यात पूर्णपणे हरवून जाता आणि तरीही तुम्ही तुमच्या अस्तित्त्वाची जाणीव विसरत नाही. तुम्हांला त्या प्रेमात एक जीवघेणी ओढ दिसेल, पण तुम्ही त्यात बुडून जात नाही. तुम्ही समोरच्या व्यक्तीशी एकरूप होता आणि तरीही तुम्हांला तुमचं अस्तित्त्व वेगळं आहे, याची जाणीव असते. या अशा प्रेमालाच बाऊल एक विशिष्ट तंत्र आहे, असं म्हणतो. ते वेद आणि योग यांच्याहीपेक्षा जुनं आहे. आर्य लोकांची संस्कृती अस्तित्त्वात येण्यापूर्वी हे तंत्र अस्तित्त्वात होतं. त्या तंत्राची देवता म्हणजे शंकर आहे. आर्यांनी जेव्हा हिंदुस्थानावर स्वारी केली, तेव्हा बाऊल लोकांची शिवकालीन धारणा आर्यांनी मोडीत काढली, त्यांनी त्यांचे ग्रंथपुरावे नष्ट केले. शिव म्हणजे तंत्र; आणि त्या तंत्राची उपशाखा म्हणजे बाऊल. तंत्राची परिभाषा अशी होती,

'प्रत्येक घटना योग्य वेळ आल्याशिवाय घडत नाही. इथं जबरदस्ती चालत नाही. तुम्ही ती नाहीशी करू शकाल; पण तिची निर्मिती तुम्हांला करता येणार नाही.'

बाऊल म्हणतात,

'आमची धडपड मुक्तीकरिता नाही.' जो खरा प्रेमिक आहे, तो मुक्तीच्या मागं धावणार नाही. प्रेमात असणं हा एक सुखद अनुभव आहे. म्हणून त्यात जास्त जास्त खोल कसं जायचं, हेच शिकणं आवश्यक आहे. विश्वाचं अस्तित्त्व आम्हांला बंधनकारक वाटत नाही. म्हणून त्याच्याविरुद्ध बंड करायचंही कारण नाही, आणि त्या अस्तित्त्वानं जरी आम्हांला बंधन घातलं असलं, तर ते बंधनही आम्हांला सुखकारक आहे. कारण या बंधनाचा निर्मातासुद्धा शेवटी 'शिव'च आहे. परमेश्वराचं अस्तित्त्व आणि माणूस या दोघांमध्ये एक लपाछपीचा खेळ आहे. दोन्हींच्या मागं एकच शिवशक्ती आहे. तरीसुद्धा हा लपंडाव मोठा मजेचा आहे. कमळाची फुलं जितक्या ठिकाणी उगवणार आहेत, तेवढी उमलू देत. सगळं विश्व जरी या कमळांनी झाकून टाकलं, तरीसुद्धा चालेल. जगाला सौंदर्य अर्पण करण्याचं सामर्थ्य कमळाच्या फुलांमध्ये आहे. वेद आणि योग दोघांचं सांगणं आहे, सगळ्यांतून मुक्त व्हा. तंत्र म्हणतं,

'कशासाठी? कुणापासून? हे परमेश्वरी बंधन अत्यंत रम्य आहे.'

योग सांगतात,

'हळूहळू प्रत्येक गोष्टीचा त्याग करायला शिका. जिथं जिथं तुमचं मन गुंतलेलं आहे, ते सगळं विसरा, कारण शेवटी तुम्हांला प्रेमाच्याही पलीकडं जायचं आहे.'

बाऊल म्हणतात,

'ही गुंतवणूक अत्यंत सुखावह आहे. इथं जितकं खोल जाता येईल, तितकं खोलवर जावं. काठावर राहू नका. प्रवाहाच्या मुळाशी जा. काठाकाठानं प्रवास केलात, तर ती झाली ॲटॅचमेंट. तळ गाठलात, तर साक्षात प्रेम आहे.'

बाऊल लोकांच्या मते आयुष्य हे गांभीर्यानं बघायची गोष्ट नाही. दोन घटका मौज,

हसा, खेळा, आनंदित व्हा. असे राहिलात, तर कुठल्याही प्रार्थनास्थळाकडं धाव घ्यायची गरज नाही. लहानातल्या लहान किरकोळ गोष्टींतून विराट आनंद मिळवायचा, हा बाऊल लोकांचा संदेश आहे.

ह्या जगामध्ये चौकोनी चेहऱ्याची माणसं कमी नाहीत. 'आयुष्य म्हणजे खेळ नाही', हे त्यांचं आवडतं बोधवाक्य. अशा विचारांची माणसं व्याधिग्रस्त असतात. म्हणूनच इतर माणसांचा आनंद त्यांना बघवत नाही. धर्म कुठलाही असो, धर्मगुरू म्हटलं, की तो कायम तकतकलेला असतो. इतर माणसांना मिळणारा आनंद त्यांना बघवत नाही. ह्या लोकांचा अहंकार अत्यंत सुखावलेला असतो. धर्माच्या माध्यमातून हे धर्मगुरू समाजावर नाना तऱ्हेची बंधनं आणतात. जाता-येता तुमचा धिक्कार करतात. तुमच्या मनात अपराधी भावना कधी निर्माण होईल, याची ते वाट बघत असतात. आनंदात राहणं, मौजमजा करणं, मित्रांच्या सहवासात रमणं ह्यांसारख्या गोष्टी मानवाच्या प्रगतीच्या आड कशा येतात, हे सांगत राहणं, हे धर्मगुरूंचं कार्य. धर्मापायी ओढवलेल्या संकटापायी कुठलंही संकट जास्त गंभीर नसतं. आताचं उदाहरण म्हणजे बाबरी मशीद. या मशिदीकडं इतकी वर्षं कोणाचंच लक्ष गेलं नाही. बऱ्याच कालावधीनंतर भारताला एक चांगला पंतप्रधान मिळालेला आहे. मंदिर, की मशीद, या प्रश्नावरून दिल्लीच्या तख्ताला हादरे बसावेत, एवढा हा मौलिक प्रश्न आहे का?

तुम्ही स्वत:कडंच एकदा शांतपणे बघा. निसर्गाकडं पाहा. सूर्याला रोज उगवण्याचा कंटाळा येत नाही. दिवसाचा निरोप घेताना सुद्धा, तो मावळताना रंगपंचमीचा आहेर उधळत– आजच्या दिवसाचा निरोप घेतो. पक्षी झाडांवर प्रेम करतात. झाडं पक्ष्यांची वाट पाहतात. भरती-ओहोटी सातत्यानं समुद्राच्या भावना प्रकट करते. अपवाद म्हणून माणसाकडंच बोट दाखवता येईल. भोवताली विश्व फुललेलं आहे, मग माणूस हरवलेला का? गंभीर का?

'प्रेम करा, करवून घ्या, प्रेमिक व्हा.' आनंदात असणं हा प्रेमाचा धर्म आहे. गंभीर माणसात प्रेमाला काही इंटरेस्ट नाही. गंभीर माणसं आणि तर्क ह्यांची गट्टी आहे. गांभीर्य टाका. प्रामाणिकपणा टाकू नका. तुम्ही प्रामाणिक राहा, पण गंभीर होऊ नका. गांभीर्य वेगळं आणि प्रामाणिकता वेगळी. तुम्ही ह्या अस्तित्त्वाचेच साक्षी व्हा. मग तुम्हांला वैश्विक लीला म्हणजे काय, ते समजेल.

कृष्ण आणि गोपी यांची 'रासक्रीडा' पाहावी, म्हणजे प्रेमामध्ये स्वत:ला हरवूनसुद्धा स्वत:च्या अस्तित्त्वाचं भान ठेवणं म्हणजे काय, याचा उलगडा होईल.

In the forest of Brinda
loving is worshipping
As the essence of purity

in the brilliance of the sky
love transcends lust
evolving ecstasy
The bellows breathe
into the fire of life
and stabilize mercury

प्रेमाची ताकद सांगत असताना वरच्या कवितेत जे कल्पनाचातुर्य आहे, ते नुसतंच चातुर्य नसून प्रेमातील तीव्रता व्यक्त करणारं महान भाष्य आहे.

खऱ्या प्रेमात पाऱ्यालादेखील स्थैर्य देण्याचं सामर्थ्य आहे, मग इतर गोष्टींचं नावच काढू नका.

बाऊल लोकांचा स्थायीभाव तीन शब्दांत सांगता येईल. राहण्यातला सुटसुटीतपणा, विचारांचा नेमकेपणा आणि निर्णय घेण्याचं सामर्थ्य (Concision, Precision, Decision)

प्रेम ह्या एका विषयावर बाऊलनं फार मोठा विचार केला आहे. त्याचं संपूर्ण जीवनच प्रेममय असल्यामुळं त्या विषयाचा अभ्यास त्यांनी जास्त केला असल्यास नवल नाही. परमेश्वर आणि प्रेम ह्या दोन्ही गोष्टी एकच मानणाऱ्या बाऊलला असा प्रश्न पडलाय्, की ज्या माणसानं कधी प्रेमच केलं नाही, अशा माणसाबरोबर परमेश्वराबद्दल काय बोलणार? अर्थपूर्ण प्रार्थना म्हणजे काय? हे कसं सांगणार? सत्य म्हणजे काय? त्याबद्दलची आपली व्याख्या त्याच्यापर्यंत कशी पोहोचवणार?

याचं कारण समोरचा माणूस त्याला अंतःकरण आहे, हेच विसरलाय्. ही प्रेमाची भाषा त्याच्या कानांवरून गेलेली नाही. तो फक्त बुद्धिवादी आहे. तो घुबडासारखा आहे, डोळे बंद करून तो सूर्याची किरणं चुकवत आकाशाकडं पाहतो. हिंदूंच्या पुराणांतून घुबड हे बुद्धीचं प्रतीक समजलं गेलं आहे. जी माणसं आयुष्यभर फक्त शिकतच राहतात, माहिती गोळा करीत राहतात, ती घुबडासारखी असतात. त्यांना सूर्योदय दिसत नाही, ते सूर्याकडं बघतील; पण सूर्यप्रकाशाचं त्यांना वावडं असेल. बाऊल अशा सगळ्या लोकांना पंडित म्हणतात. पंडित म्हणजे स्वतःच्या विशिष्ट अवस्थेत राहणारा, मोठमोठाल्या बोधवचनांत गुरफटलेला आणि वेद म्हणा, कुराण म्हणा, बायबल म्हणा, यांतले उतारेच्या उतारे तोंडपाठ असणारा एक एकांडा माणूस. प्रत्येक माणूस स्वतःच्या कल्पना वास्तवतेवर लादत असतो. आयुष्याचा अर्थ ते आपल्या कुवतीनुसार लावतात. एखाद्या घटनेतून त्याचं सार काढताना ते आपला दृष्टिकोन समोर ठेवतात.

मुल्ला नसरुद्दीननं एका टॅक्सीचा मागचा दरवाजा उघडला आणि तो टॅक्सीवाल्याला म्हणाला,

'मला आश्रमात घेऊन चल.'
टॅक्सीवाला खाली उतरला. टॅक्सीला वळसा घालून तो मागच्या बाजूला आला. नसरुद्दीनं लावलेला दरवाजा त्यानं बाहेरून उघडला आणि एक शिवी हासडून तो म्हणाला,
'समोरच आश्रम आहे.'
हे सांगताना टॅक्सीवाला बेदम चिडला होता.
नसरुद्दीन गाडीतून खाली उतरला आणि म्हणाला,
'हरकत नाही, पुढच्या वेळेला गाडी एवढी फास्ट चालवू नकोस.'
माणूस जेव्हा प्यायलेला असतो, तेव्हा त्यानं काढलेले सगळे निष्कर्ष वास्तवतेला सोडून असतात. तर्कशास्त्राकडं तुमचं डोकं जर गहाण पडलं असेल, तर प्रेमाचा शब्द आत उमटणार नाही. तर्कशास्त्र नोकर म्हणून आदर्श आहे; पण मालक म्हणून तितकाच वाईट आहे.
प्रेम तुमच्यात संपूर्ण संक्रमण घडवतं. बुद्धी ही कधी परिघाला सोडत नाही. समुद्रावर जशा लाटा येतात, तशी बुद्धी; आणि प्रेम म्हणजे समुद्राची खोली. समुद्राच्या अंतरंगात लाटा नसतात आणि लाटेला खोली नसते. विचार हे समुद्राच्या लाटेसारखे असतात. लाट कायम राहिली, तर तिला समुद्राची खोली कधीच कळणार नाही. समुद्राची खोली समजण्याकरिता लाटेला आपलं संपूर्ण अस्तित्त्व समुद्राला द्यावं लागेल. प्रेममय सागराची खोली लाटेला जेव्हा कळेल, तेव्हा ती समुद्रात अस्तंगत होईल. पुन्हा जेव्हा समुद्रावर ती लाट म्हणून येईल, तेव्हा तिचं स्वरूप बदललेलं असेल; पण इथंही पुन्हा मजबुरी अशी आहे, की इतर लाटांना ही लाट, प्रेम म्हणजे काय, हे कधीही सांगू शकणार नाही. प्रेम हे असं गाव आहे, की त्या गावाला पोहोचूनही तुमचा प्रवास थांबत नाही.

■

अश्रूंचा अभिषेक

पक्ष्यांना गायला कुणी शिकवलं? गुलाबासारख्या सुंदर फुलांना जन्म कुणी दिला? वाऱ्याची झुळूक कुठून येते? चांदणं कसं पडतं? असे प्रश्न आपण कधी विचारत नाही. त्याचप्रमाणे बाऊल समाज कुठून आला? हाही प्रश्न उपस्थित करता येणार नाही. निसर्गाशी एकरूप झालेला बाऊल म्हणजेच गुलाबाचं फूल, वाऱ्याची झुळूक आणि चांदणं.

तर्कशास्त्र निर्माण करता येतं, त्याचा जनक शोधून काढता येतो. जगड्व्याळ भाषा, धार्मिक बोधवचनं, यांना जन्माला घालावं लागतं. बाऊल हा जगण्याचा उत्स्फूर्त आविष्कार आहे. ही माणसं ह्या तऱ्हेनंच जगत आली. या माणसांना बाऊल हे नाव कसं पडलं, ह्याला फारसं महत्त्व नाही. या नावाचा उगम कसा झाला, हे कदाचित शोधता येईल. आपल्याला त्याच्याशी कर्तव्य नाही. बाऊल हा फक्त एक वेडा माणूस आहे. आयुष्यभर, अस्तित्त्वावर वेड्यासारखं प्रेम करणारा एक मानव. ही जमात फार मोठी नाही, हे एका अर्थानं सुलक्षण समजलं पाहिजे. सगळीच माणसं तशी असती, तर आपला विश्वाशी असलेला संबंध तुटला असता. मूठभर लोकांचीच ही जमात असल्यामुळं जगण्याचा हाही एक मार्ग आहे, हे आपल्याला समजलं. हसत-नाचत, बागडणारी ही जी माणसं आहेत, हीच खरी माणसं आहेत. आपल्या मूळ वृत्तीशी अत्यंत प्रामाणिक आणि सुसंगत असलेली अशी ही मोजकीच माणसं. ह्या अस्तित्त्वाला जर काही प्रारंभ असेल, तर ही माणसं तेव्हापासून आहेत, असं म्हणावं लागेल. ज्याला ते 'रिअल मॅन' म्हणतात, त्याप्रमाणे अस्तित्त्वाच्या प्रारंभी फक्त हीच माणसं पृथ्वीतलावर असतील. हळूहळू त्यांची संख्या कमी कमी होत गेली. याचं कारण जग फार झपाट्यानं बदललं. झगमगाटापलीकडं जगाला कोणतीही मूल्यं सापडली नसतील. अंत:करण नावाची वस्तू अस्तंगत होत गेली. आता सगळं जग स्पर्धा आणि महत्त्वाकांक्षा यांच्यामागं लागलं. सौंदर्य नाशवंत ठरलं, समर्पण विसरलं गेलं. उत्कट अनुभवापासून ते अंतरावर राहिलं. आपण इतिहासाचा वेध

घेत-घेत मागं गेलो, तर तेवढ्या प्रमाणात बाऊल संख्येनं जास्त दिसतील. विश्वाच्या प्रारंभी संपूर्ण मानवताच बाऊल होती. फार कशाला, अजूनसुद्धा नुकतंच जन्माला आलेलं मूल पाहा. तुम्हांला त्यात बाऊल दिसेल. नंतर त्यात भेसळ होत गेली. आयुष्यावर तुटून प्रेम करणारं एक मूल जन्माला येतं. आपण त्याला सुधारण्याचा प्रयत्न करतो. त्याच्यातली उत्स्फूर्तता (Spontaneity) आपण मारून टाकतो. आपल्याला अभिप्रेत असलेला पॅटर्न आपण त्या मुलाला देण्याचा प्रयत्न करतो.

बाऊल जमातीला सद्सद्विवेकबुद्धी असते; पण व्यक्तिमत्त्व नसतं. ज्या माणसाजवळ सद्सद्विवेकबुद्धी असते, त्याच्याबाबतीत स्वभाव याला फारसं महत्त्व नाही. उपजतच तो स्वभाव आहे, त्याप्रमाणे माणूस वागतो. एखाद्या विचित्र, माणसाच्या संदर्भात आपण पटकन म्हणून जातो,

'त्याच्याकडं दुर्लक्ष करा, त्याचा स्वभावच तसा आहे.' पुष्कळदा आपल्या स्वभावाचा आपल्याला त्रासही होतो. त्याबद्दल आपण स्वत:ला दोष देत राहतो. व्यवहारात फसणं, असा काहींचा स्वभाव असतो. त्याचे फटके तो खातच असतो. त्यात दुसऱ्या कुणीतरी माणसानं त्या स्वभावाबद्दल काही कॉमेंट्स केल्या, तर तो जास्तीचा त्रास. स्वभाव म्हटलं, की बंधन आलं. तुमचा स्वभाव तुम्हांला ज्या ज्या गोष्टी करायला लावतो, त्याप्रमाणेच तुम्हांला वागावं लागतं. तुम्ही आत्तापर्यंत जसे वागत आलात, त्याच पॅटर्नप्रमाणे तुम्हांला वर्तमानातदेखील वागावं लागतं. भूतकाळाचं वर्तमानकाळावर होणारं हे अतिक्रमण आहे. याउलट, कॉन्शसनेस्च्या मार्गानं जाणारा माणूस सहसा चुकीचं पाऊल उचलत नाही.

यापूर्वीच सांगितल्याप्रमाणे जगाच्या प्रारंभी– जर प्रारंभ असेल, तर– बाऊल लोकांचंच प्रमाण जास्त होतं. सत्यप्रिय, थोडीशी वेडी, प्रामाणिक प्रेमात आकंठ बुडालेली, परमेश्वरानं दिलेल्या संधीचं सोन्यात रूपांतर करणारी अशी ही सगळी बाऊल जमात.

आयुष्याबद्दल एक गोष्ट सांगता येईल. आपण आयुष्यभर कधीही आपला अधिकार गाजवू शकत नाही. आयुष्य ही आपली स्वत:ची मिळकत नाही. हे आयुष्य आपल्याला पारितोषिक म्हणून मिळालेलं आहे. ही देणगी तुम्हांला कोणत्याही कारणामुळं मिळालेली नाही. तुम्हांला त्याच्यावरती कधीही हक्क सांगता येणार नाही. कारण तुम्हांलाच जर अस्तित्व नसेल, तर तुम्ही अधिकार कसा सांगणार? हे आयुष्य मिळाल्याबद्दल आपण त्या वरच्या शक्तीचे आभारसुद्धा मानत नाही, याउलट, आपल्याजवळ कायम काय काय मिळालं नाही, ह्याची तक्रारच असते. आपल्या तक्रारीचं स्वरूपदेखील ठरलेलं असतं.

पावसाळ्यात घर गळतं, जागा लहान आहे. पगार अपुरा आहे. नियतीनं

सौष्ठव दिलेलं नाही. याव्यतिरिक्त प्रकृतीच्या काही ना काही तक्रारी. आपल्याला जन्म मिळाला, आयुष्य मिळालं. डोळे दिलेत, म्हणून निसर्गाचं सौंदर्य आपण मनमुरादपणे न्याहाळू शकतो. कान दिलेत, म्हणून मधुर संगीत ऐकू शकतो. वाणीच्या साहाय्यानं परस्परांशी संवाद साधू शकतो. पायांनी चालू शकतो. हातांनी विविध प्रकारची निर्मिती करू शकतो. परंतु या सर्व देणग्यांकडं आपण दुर्लक्ष करतो.

या सर्व गोष्टींची जाणीव ठेवून बाऊल आयुष्य जगतो. त्याचा नाच ही त्यानं केलेली प्रार्थना आहे. तो जेव्हा रडतो, तेव्हा ते रडणं दुःखातून आलेलं नसतं, तर ते रडणं आश्चर्यातून येतं. ते आश्चर्य इंद्रधनुष्याबद्दल असतं. पाण्याचे झरे, धबधबा, वाहणाऱ्या नद्या, पक्षी, फुलपाखरं, अमर्याद समुद्र, विशाल आकाश, विराट अस्तित्व या संपत्तीकडं पाहून त्यांना आश्चर्य वाटतं.

अत्यंत पुरातन कालात ही अशीच माणसं सर्वत्र असावीत. तुमचं पवित्र आयुष्य गढूळ करायला कोणतंही नागरिकशास्त्र नव्हतं. पंडित, पुरोहित नव्हते. प्रार्थनास्थळं नव्हती. तुमच्या वृत्ती संकुचित करणारे कायदे-कानुन नव्हते.

परमेश्वरी देणग्यांचा हा वर्षाव पाहून तुमच्या वृत्ती जर सद्‌गदित झाल्या, तर तुम्ही लहान लेकरासारखे दिसाल. म्हणजेच तुम्ही बाऊल झालात. तुमचं शरीर थकलेलं असेल, मनानं तुम्ही खचला असाल, पण तुमच्यांतील सद्‌सद्‌विवेकबुद्धी शारीरिक आणि मानसिक मर्यादांमधून तुम्हांला मुक्त करते. भूतकाळानं तुम्हांला अनेक अनुभव दिले असतील. त्या सगळ्यांचं ओझं बाळगण्याची सक्ती– ती तुमच्यावर होणार नाही.

आपल्या घरात छोट्या मोठ्या अनेक गोष्टी पडलेल्या असतात. त्यांचं गाठोडं करून आपण त्या माळ्यावर टाकतो. एखाद्या गोष्टीची गरज पडलीच, तर आपण माळ्यावरून तेवढीच गोष्ट काढतो. त्याप्रमाणे भूतकाळातील एखादी गोष्ट तुम्ही गरज पडेल, तेव्हा घेऊ शकता, आणि घेत राहता. उखाळ्या पाखाळ्या कशाला म्हणतात? सद्‌सद्‌विवेकबुद्धी असलेला माणूस भूतकाळातल्या गाठोड्यातील एखादी आठवण जरूर पडली, तर वापरतो; पण सारख्या मागच्याच गोष्टी उगाळत बसण्याचा एखाद्याचा स्वभाव असेल, तर अशा माणसाला कधीही समाधान, सुख, शांती मिळणार नाही. बाऊल भूतकाळाचं ओझं बाळगत नाही. म्हणूनच बाऊल अस्तित्वात कसे आले, हा प्रश्न विचारू नका, असं प्रारंभी म्हटलं. नद्या, पर्वत, समुद्र, पशू-पक्षी यांच्या निर्मितीप्रमाणेच बाऊल ही निसर्गाची आणखी एक निर्मिती आहे.

बाऊलबद्दल या सगळ्या गोष्टी सांगत असताना मध्येच एका श्रोत्यानं विचारलं, 'तुमचं प्रवचन ऐकत असताना माझी अवस्था विचित्र होत गेली. तुमच्या शब्दांपेक्षा

शब्दमाधुर्य माझ्यावर गारूड करून गेलं. तुमच्या शब्दांनी एक वेगळी एनर्जी दिली. पाठीच्या कण्यामध्ये होणारी स्पंदनं मी अनुभवली. पण हे सगळं होत असताना शब्दांकडं दुर्लक्ष झालं. आता मी सावधानतेनं प्रत्येक शब्द ऐकताना जागरूक राहीन.'

ओशोंनी तत्काळ उत्तर दिलं,

'असं करण्याची मुळीच आवश्कता नाही. केवळ नादमाधुर्यानं एवढा चमत्कार घडला असेल, तर शब्द फेकून द्या. माझ्या अस्तित्त्वालासुद्धा अर्थ नाही, असं समजा. पाठीच्या कण्यापर्यंत जर स्पंदनं पोहोचली असतील, तर माझ्या भाषणानं फार मोठी क्रांती केली, असं समजूया.'

शब्दांच्या पलीकडला अर्थ तुम्हांला गवसला असेल, तर शब्दाचा आग्रह धरण्यात काही अर्थ नाही. भांड्यापेक्षा भांड्यातील वस्तू महत्त्वाची. शब्दापेक्षा शब्दाचा अर्थ जास्त मौलिक. गर्भितार्थ समजल्यानंतर शब्द हे रिकाम्या भांड्यासारखे आहेत. ते फेकून द्या. ह्यालाच 'हॅपनिंग' म्हणतात, तर बाऊल ह्यालाच प्रेम म्हणतात. जे घडलंय्, ते घडू दे. शब्द शब्दार्थासकट झुगारून द्या. या दोन्ही गोष्टी अज्ञानी माणसाकरिता मागं राहू देत. शब्द म्हणजे शिंपले. अर्थाचे मोती हातात आल्यानंतर शिंपले जपण्यात काय अर्थ आहे! ह्यालाच खऱ्या अर्थानं 'कान देऊन ऐकणं' असं म्हणतात.

मध्यंतरी मी माझ्या एका मित्राकडे उतरलो होतो. तो मला घराच्या मागच्या अंगणात घेऊन गेला. तिथं एक मोठ्या आकाराचा पिंजरा होता. आतल्या पक्ष्याकडं बोट करीत माझा मित्र म्हणाला,

'हा गरुड पक्षी कसा वाटतो? सांग.'

मी त्या पिंजऱ्यात डोकावलो आणि मित्राला म्हणालो,

'मला गरुड पक्षी माहिती आहे. हा पक्षी गरुडच आहे का?'

मित्र चमकला. त्यानं मला विचारलं,

'तुला गरुड पक्ष्याबद्दल माहिती आहे, असं म्हणतोस. मग ह्या गरुडाबद्दल असं का म्हणतोस?'

मी त्याला सांगितलं,

'मला जो गरुड माहितीय्, तो ह्या गरुडापेक्षा फारच वेगळा आहे. घोंगावत येणाऱ्या वाऱ्याबरोबर आकाशाच्या पार्श्वभूमीवर त्या वादळाशी झुंज खेळणारा गरुड मला माहितीय्. आपले पंख वाऱ्यावर तरंगत ठेवताना आणि स्वतंत्र आकाशात झेपावणारा गरुड माझ्या ओळखीचा आहे. पिंजऱ्यातला गरुड, हा गरुडच नाही. कुठं आहे ती मोकळी हवा? कुठं आहे ते भव्य आकाश? कुठं आहेत ते पसरलेले पंख? मला फक्त ही पार्श्वभूमी माहितीय्. तुझ्या पिंजऱ्यात आहे, ती गरुडाची आकृती. पिंजऱ्याच्या

पार्श्वभूमीवर खरा गरुड हरवलेला आहे. खरा गरुड म्हणजे मर्यादा नसलेलं स्वातंत्र्य. त्याला पिंजऱ्यातून मुक्त कर आणि त्याला खरा गरुड होऊ दे.'

माझ्या मित्राला मी जे सांगितलं, तेच तुम्हांला वेगळ्या भाषेत सांगतो. माझे शब्द म्हणजे पिंजऱ्यामध्ये कैद झालेला गरुड आहे. शब्दांचा पिंजरा फुटू द्या. अर्थाचा गरुड जवळ ठेवा. शब्द त्याच्या शब्दार्थासकट विसरा. तसं जर झालं नाही, तर तुम्ही पिंजऱ्याचंच जतन करत राहाल आणि मग तुमच्या मनात जो गरुड आहे, तो कधीच मुक्त होणार नाही.

प्रेमाच्या संदर्भातला हा आणखी एक प्रश्न.

'प्रत्येक वेळेला मी एकेका व्यक्तीवर प्रेम केलं; आणि मला असं आढळून आलं, की ते प्रेम नव्हतं. प्रेमाच्या नावाखाली काही वेगळाच भाव होता. माझा आता प्रेमावरचाच विश्वास उडाला आहे. आपण जसे आहोत, तसं प्रेम करता येणं अशक्य आहे.'

'तुमच्या प्रश्नातला पहिला भाग तंतोतंत खरा आहे. तुम्ही बारकाईनं विचार केलात, तर प्रेमाऐवजी दुसराच कोणता तरी नकली भाव तिथं होता. खोट्या गोष्टी लगेच ओळखता येतात. कारण खऱ्या गोष्टींची ओळख झालेली असते. व्यवहारात जर खरी नाणी उपलब्ध नसतील, तर मिळालेलं नाणं खोटं आहे, हे तुम्ही ओळखणार कसं? प्रेमाच्या मागं कधी मालकी हक्काची भावना, द्वेष, मत्सर असं काहीही असू शकतं. या सगळ्या गोष्टी प्रेमाच्याच मागं का लपतात? कारण ह्या जगात प्रेमासारखं संरक्षण दुसरी कुठलीही गोष्ट देऊ शकत नाही. म्हणून रक्षण करणाऱ्या इतर सगळ्या गोष्टी खोट्या आहेत. प्रेम इतकं विराट आहे की, त्याच्यामागं कुठलीही गोष्ट दडवता येते. प्रेम हे इतकं सौंदर्यपूर्ण आहे, की त्याच्यामागं इतर सगळ्या गैरभावना लपवता येतात.'

'बियॉन्ड सेक्स थेरपी' या नावाचं एक पुस्तक आहे. त्या पुस्तकात एक मजेशीर हकीगत आहे–

असाच एक थॉमस नावाचा माणूस. त्याचं 'एली' नावाच्या मुलीवर प्रेम होतं. तिच्या प्रेमापुढं त्याला सगळं जग तुच्छ होतं.

एकदा काही मित्र थॉमसला भेटायला आले. थॉमसनं मित्रांकडं दुर्लक्ष केलं. मित्रांना अर्थातच थॉमसचं वागणं पाहून धक्का बसला.

थॉमस सिगारेट आणण्याकरिता बाहेर पडला, तेव्हा मित्रांनी एलीला सांगितलं,

'तू थॉमसच्या जास्त मागं लागू नकोस. त्याच्यावर फार विश्वास पण ठेवू नकोस. त्याचं अनेक मुलींवर प्रेम आहे. उद्या त्याला आणखीन एखादी चांगली मुलगी दिसली, तर तुला सोडून तो त्या मुलीच्या मागं धावेल. त्या वेळेला तुला काय

वाटेल?'

एली म्हणाली,

'मी नक्कीच मत्सरानं पेटून निघेन. पण तो माझ्या एकटीचा प्रश्न आहे. मला थॉमसच्या संदर्भात एवढंच वाटतं, की त्यानं आयुष्यातला संपूर्ण आनंद लुटावा. त्यानं वेगवेगळ्या प्रेमाची चव चाखावी. प्रत्येक मुलगी प्रेमाचे काही वेगळे आविष्कार दाखवते. असंख्य प्रकारच्या प्रेमातून थॉमसला जाऊ देत, अनुभव घेऊ दे. त्याला मरण येण्यापूर्वी जितक्या जणींवर प्रेम करता येईल, तितक्या मुलींवर प्रेम करू दे. मला त्याचा त्रास होईल, तो सोसायला मी तयार आहे.'

याला म्हणतात 'प्रेम'. मत्सर आणि प्रेम यांतलं अंतर फार थोड्या लोकांना कळतं. मत्सर ही अशी एक गोष्ट आहे, की तेवढी एकच गोष्ट प्रेमाच्या मागं लपू शकत नाही. ज्यानं प्रश्न विचारला, त्याचा प्रश्न बरोबर आहे. प्रेमाच्या नावाखाली काही चुकीच्या अपेक्षा ठेवल्या असतील, तर खऱ्या प्रेमाची ओळख होणार नाही. प्रेमावरचाच विश्वास उडणं याच्याशी मी सहमत नाही. खऱ्या प्रेमाचा अनुभव घेतल्याशिवाय तुमचा प्रेमावरचा विश्वास उडतोच कसा?

मालकी हक्क, मत्सर, क्रोध, लालसा या सगळ्यांवरचा तुमचा विश्वास उडाला, तर मी समजू शकतो. पण जी गोष्ट तुमच्या अनुभवाला आली नाही, तिच्यावरचा विश्वास उडतो, यावर माझा विश्वास नाही. विश्वास उडणं किंवा विश्वास बसणं यासाठी काहीतरी अनुभव तुमच्याजवळ हवा. सोनं आणि माती एकमेकांत मिसळून गेलेली असतात. आगीच्या भट्टीत कुणालातरी सोनं टाकावं लागतं. तसं केलं, म्हणजे सोन्याव्यतिरिक्त जे जे आहे, ते सगळं जळून जातं. प्रेमाच्या बाबतीत हीच गोष्ट लागू पडते.

अवेअरनेस् म्हणजे अग्नी, प्रेम म्हणजे सोनं, मत्सर, मालकी हक्क, द्वेष, राग, लालसा या सगळ्या अशुद्ध गोष्टी. भट्टीतून तावून-सुलाखून काढल्यावर मत्सरापासून लालसा या गोष्टीपर्यंत सगळं जळून जातं. तुम्हांला लालसा म्हणजे काय, हे समजलेलं आहे, याचा अर्थ अर्ध युद्ध जिंकलं आहे. आता जिंकण्यासारखं काही उरलेलं नाही.

घाई करू नका. प्रेमाला आपण होऊन प्रकट होऊ दे. तुम्ही जिकडं तिकडं शोधत राहाल. तो शोध चुकीचा असू शकतो. म्हणूनच वाट बघा. कोणत्याही बाबतीत अपूर्णावस्थेत निर्णय घेऊ नका.

मुल्ला नसरुद्दीनला बँकेत नोकरी मिळाली. पाचशे रुपयांचं एक बंडल कॅशियरनं त्याच्या हातात ठेवलं आणि त्या बंडलांत शंभर नोटा आहेत का, हे मोजायला

सांगितलं. अठ्याण्णव नोटा मोजेपर्यंत नसरुद्दीन कंटाळला. त्यानं सगळ्या नोटा ड्रॉवरमध्ये टाकल्या. कॅशियरनं विचारलं,

'काय झालं?'

नसरुद्दीननं सांगितलं,

'अठ्याण्णवपर्यंत नोटा बरोबर आहेत. तशाच पुढच्याही असतील.'

थोडक्यात, नसरुद्दीनप्रमाणे घाई करू नका.

तुम्हांला जे ज्ञान झालेलं आहे, ते अव्यक्त आहे. प्रकट होणं हा प्रेमाचा स्वभाव आहे.

मुल्ला नसरुद्दीनची बायको वारली. अंत्ययात्रेच्या पोशाखात मुल्ला त्यांच्या रिवाजाप्रमाणे बसला होता. अंत्ययात्रेचा प्रमुख त्याच्याकडं गेला आणि त्याला म्हणाला,

'तू 'हर्स'च्या गाडीत तुझ्या सासूच्या शेजारी बैस. तुझी बायको गेलीय्, तर तुझ्या सासूची मुलगी गेलीय्. दोन दुःखी जीव शेजारी असू दे.'

मुल्लानं लांबूनच आपल्या सासूकडं पाहिलं, तिच्या अगडबंब शरीराकडं तो पाहत राहिला. त्यानं निषेधदर्शक मान हलवली आणि अंत्ययात्रेच्या प्रमुखाला विचारलं,

'मला माझ्या सासूजवळच बसावं लागेल का?'

'होय.'

मुल्ला पटकन म्हणाला,

'या प्रसंगातला सगळा आनंदच तुम्ही घालवलात.'

तुमच्या अंगातल्या काळ्या कपड्यांच्या मागं सत्य लपू शकत नाही. बायको गेली, याबद्दल खोलवर कुठंतरी नसरुद्दीन आनंदून गेला होता. आता आपल्यावर कुणाचाही वॉच नाही, या विचारानं तो समाधानात वावरत होता. चेहऱ्यावर फक्त दुःखाचा भाव होता.

तुम्ही थोडेसे जागरूक असाल, तर तुमची आणि सत्याची आपोआप ओळख होईल. एकदा, खरं काय, ते उजेडात आलं, म्हणजे ते लपवण्याकरिता आपण जितक्या वेळेला खोटं बोललो होतो, थापा मारल्या होत्या, त्या सगळ्या उजेडात येतात.

मुल्ला नसरुद्दीनचा मित्र अब्दुल रहेमान आजारी होता. तो वाचण्याची सुतराम् शक्यता नव्हती, हे त्याच्या मित्रांनाही कळलं होतं आणि खुद्द अब्दुल रहेमानलाही समजलं होतं. म्हणून सगळे मित्र अब्दुल रहेमानला धीर द्यावा, यासाठी प्रयत्न करीत होते. त्यांनी मुल्ला नसरुद्दीनलाही सांगितलं,

'जरा वेळ तूही त्याच्याजवळ बस आणि त्याला धीर दे.'

मुल्ला नसरुद्दीननं वेगवेगळे विनोद ऐकवून अब्दुल रहेमानला हसतं ठेवलं आणि बोलता-बोलता नसरुद्दीननं एकदम मानेला झटका दिला.

अब्दुलनं विचारलं,

'काय झालं?'

नसरुद्दीन पटकन बोलून गेला,

'तुमचा जिना इतका वेडावाकडा आहे, की त्याच्यातून कॉफिन वळणार कसं?'

सत्य असंच नकळत बाहेर येतं. मनातले इतर भाव प्रेमाच्या मागं लागतात. याचं कारण तुम्ही बेसावध असता. प्रेमाचा शोध घेणं म्हणजे विहीर खणण्यासारखं आहे. पहिल्या टप्प्यात खडकाळ भाग, दगड या गोष्टी दूर कराव्या लागतात. त्याच्यापेक्षा जरा खाली गेलं, म्हणजे हाताला मुरूम लागतो. तो थर दूर केला, म्हणजे ओली माती लागते. ओल्या मातीनंतर गढूळ पाणी लागतं. आणखीन थोडं खणलं, म्हणजे शुद्ध पाण्याचा शोध लागतो.

आपण सर्वजण आता इथं हेच करत आहोत. माणसातला नको असलेला भाग काढून टाकत आहोत. विहिरींप्रमाणेच इथंही खोदकाम करावं लागतं. खोटेपणाचे एकेक पापुद्रे दूर करीत-करीत आपण शुद्ध प्रेमाच्या दिशेनं दूर जाणार आहोत. तुम्ही जसे आहात, त्या स्वरूपात प्रेम करू शकत नाही, हे म्हणता. त्याच्याशी मी सहमत आहे. पण जसे आहात, तसंच राहण्याची तुमच्यावर कोणी सक्ती केलेली नाही.

तुमच्या प्रेमाच्या मार्गात तुम्ही स्वत:च आडवे येत असाल, तर स्वत:चा त्याग करा. प्रेम ही खरोखरच एक मौलिक गोष्ट आहे. तुमच्यासारखी लाखो माणसं एकत्र आली, तरीसुद्धा खऱ्या प्रेमाचा जो मौलिक क्षण आहे, तो तुमच्यापेक्षाही श्रेष्ठ आहे. आकाशाला कौल लावा. पिंजरा सोडून द्या. तुम्ही स्वत:ला जे मानत आहात, ती तुमची स्वत:ची मान्यता नव्हे. समाजानं तुम्हांला दिलेला एक पिंजरा आहे. हाच पिंजरा टाका आणि आकाशात भरारी मारा.

बाऊल तरी वेगळं काय सांगतो.

प्रेमासंबंधीची ही चर्चा सुरू असतानाच सर्वसामान्य माणूस ज्या ठिकाणी थांबतो, नेमका तोच प्रश्न श्रोत्यांमधून आला.

'आत्मतृप्त आणि आत्मकेंद्रित या दोन्हींतला फरक ओळखायचा कसा?'

ओशो म्हणाले,

'हा फरक अत्यंत सूक्ष्म आहे. पण तितकाच तो स्पष्टसुद्धा आहे. तुम्ही आत्मकेंद्रित झालात, तर प्रश्नांमागून प्रश्न आणि त्यातून विफलताच हाती लागेल. आत्मकेंद्रितपणा ही एक व्याधी आहे. हा आत्म्याचा कॅन्सर आहे. तुमच्यांतील तणाव रोज वाढत जाईल. मोकळा श्वास घ्यायला तुम्हांला सवड मिळणार नाही. हाच तणाव तुम्हांला वेडेपणाकडं नेऊ शकेल. आत्मतृप्त ही अवस्था आत्मकेंद्रितच्या विरुद्ध आहे. आत्मकेंद्रित अवस्थेत फक्त 'स्व' चा विचार आहे. स्वार्थ आहे. प्रेमाचा लवलेश नाही. फक्त स्वत:चा विचार आहे. याउलट, आत्मतृप्तीमध्ये माणूस सर्व तणावांपासून मुक्त असतो.'

दुसऱ्या कोणा व्यक्तीवर प्रेम करायचं ठरवलं, म्हणजे तणाव निर्माण होतात. कारण तुमची आणि त्याची स्पंदनं जुळतीलच, याची शाश्वती नाही. जगण्याबद्दलच्या त्या माणसाच्या संकल्पना वेगळ्या असू शकतात. दुसरा माणूस म्हणजे स्वतंत्र जगच. इथं संघर्षाची शक्यताच जास्त. पण तुम्ही जेव्हा स्वत:वरच प्रेम करता, तेव्हा दुसरा मध्ये येत नाही. संघर्ष नाही. याउलट, एक सात्त्विक शांतता आणि पराकोटीचा आनंद, तृप्तीव्यतिरिक्त इतर कोणत्याही गोष्टी इथं अस्तित्वात नसतात. कुठलीही व्यक्ती प्रेमानं अंतर्बाह्य चिंब झाली, तरच ती दुसऱ्याला आनंद देऊ शकते. आपल्याजवळ जे असतं, तेच माणूस दुसऱ्याला देऊ शकतो. कटू अनुभवांनी तुमचा सगळा भूतकाळ कडवट झाला असेल, तर तुम्ही इतरांना प्रेम कसं काय वाटणार? म्हणूनच प्रेमाच्या मार्गातील पहिली पायरी स्वत:वर केलेलं नि:स्वार्थी प्रेम. पैशाच्या मागं वेड्यासारखा जाणारा माणूस कालांतरानं पैशासारखाच दिसू लागतो. तो स्वत:च एखाद्या नाण्यासारखा दिसतो. त्याच्यामधला दैवी अंश हळूहळू कमी होत जातो. चुकीच्या गोष्टींवर प्रेम अजिबात करू नका. जे दैवी प्रेम आहे, त्याची वाटचाल उच्च पदाकडं असते. तुम्हांला जेव्हा प्रेमाच्या मार्गावर कटु अनुभव येतात, तेव्हा तसं प्रेम आत्मकेंद्रित होऊ लागतं. आत्मकेंद्रित प्रेम ओळखण्याची हीच खूण आहे. ज्या व्यक्तीवरती आपलं मनापासून प्रेम असतं, तिथं अहंकार गळून पडतो. तुमच्या वृत्तींमध्ये बदल घडवून आणण्याचं सामर्थ्य फक्त प्रेमात असतं, धर्माचं अस्तित्त्व एवढ्याकरताच आवश्यक आहे. प्रेम तुम्हांला परमेश्वरासारख्या योग्य व्यक्तीची गाठ घालून देतं. हाच धर्माचा स्थायीभाव आहे. तुमच्यांतला प्रेमाचा अंकुर तुम्हांला वाढायला हवा असेल, तर त्याची खूप निगा राखणं आवश्यक आहे. प्रत्येक पाऊल इतक्या सावधगिरीनं टाकलं पाहिजे, की अहंकाराला आत शिरायला, रत्तीभरपण जागा उरणार नाही. तुमच्यामध्ये वास्तव्याला असलेला 'मी' हा खरा 'मी' नव्हे. तुमच्यात जे चैतन्य आहे, ते तुमच्यापेक्षा वेगळं आहे. कुणीतरी एक जण एक असतो, 'मी' असतो. दुसरा 'तू' असतो; पण चैतन्याच्या दृष्टिकोनातून 'तू' आणि 'मी' एकच आहोत. म्हणून असंच म्हणावं लागतं, एक 'तू' आहेस. एक 'मी' आहे. त्याशिवाय मला आणि तुला बघणारा जो तिसरा आहे, त्याला चैतन्य, देव, शक्ती, इलेक्ट्रिसिटी असं कोणतंही नाव द्या. हा जो तिसरा आहे, त्याला 'बाऊल' म्हणालात, तरी चालेल. स्वत: बाऊल यालाच 'सहज मनुष्य' म्हणतो.

आपण हिमनगासारखे आहोत. समुद्र आणि हिमनग या दोन स्वतंत्र गोष्टी वाटतात; पण तो हिमनग विरघळला, म्हणजे मागं काही उरत नाही. त्याचा मर्यादित आकार नाहीसा होईल. व्याख्या नाहीशी होईल. हिमनग दिसेनासा होईल. आता तो समुद्रच झालाय्. अहंकार हिमनगासारखा असतो. त्याला प्रेमात

खोलवर बुडवा. नाहीसा होईपर्यंत बुडवा. म्हणजे तुम्ही अमर्याद समुद्राचा एक घटक व्हाल.

मुल्ला नसरुद्दीनला कोर्टासमोर बोलावण्यात आलं. जज्ज अत्यंत गांभीर्यानं म्हणाले, 'मुल्ला, तू तुझ्या बायकोवरती 'बेस बॉल'च्या बॅटनं तडाखा हाणलास आणि तिला जिन्यावरून खाली ढकलून दिलंस?'

मुल्लानंही गंभीर चेहरा केला. तो म्हणाला,

'युवर ऑनर, या घटनेला दोन बाजू नसून, तीन बाजू आहेत. एक बाजू मी सांगेन, ती. दुसरी बाजू माझ्या बायकोची आणि तिसरी बाजू जे सत्य आहे, ती.'

मुल्लानं दिलेलं उत्तर अत्यंत रास्त आहे. 'सत्य म्हणजे मी नव्हे,' 'मी', 'तुम्ही' आणि 'सत्य' या तीन वेगवेगळ्या बाजू आहेत. विराट सत्यावर आपल्या दोघांचं अस्तित्व लादलं गेलं आहे. यातला मी खोटा आहे. तूही खोटा आहेस. या दुनियेमध्ये उपयुक्ततावाद हाच काय तो सत्य आहे. कुठंतरी, कुणामध्ये तरी मर्यादा नसलेलं चैतन्य, ते चैतन्य असीम आहे. आपलं आगमन तिकडूनच होतं आणि परत तिथंच परतावं लागतं. आयुष्याच्या या प्रवासात आपलं उगमस्थान आपल्याला माहिती नसतं. आपला शेवटही आपल्याला कळत नाही. जन्म आणि मृत्यू या दोन अत्यंत महत्त्वाच्या गोष्टी आपल्याला माहीत नसतात. या महान प्रवासात अनेक छोटे छोटे प्रवास लपलेले असतात. पुणे, मुंबई, सोलापूर, नागपूर, कानपूर, दिल्ली, हैद्राबाद यांपैकी कुठल्यातरी एका स्थानकावर आपण गाडीत असतो आणि मुक्कामाच्या ठिकाणी उतरतो, त्यासाठी पत्रव्यवहार करतो. ज्या व्यक्तीकडे उतरायचंय्, त्या व्यक्तीला सवड आहे, की नाही, याची चौकशी करतो. ती चौकशी करण्यासाठी ट्रंककॉलसुद्धा करतो. काही गरजेच्या वस्तू हव्यात का? इकडून काही आणू का? असे प्रश्नही विचारतो. छोट्या छोट्या प्रवासासाठी तिकीट रिझर्व्हेशनपासून अनेक गोष्टी करतो. पण जो सर्वांत मोठा– जीवनाचा प्रवास आहे, त्याबाबतीत तुम्हांला प्रस्थान कुठल्या स्टेशनवर ठेवलं, हे माहीत नसतं; आणि उतरणार कुठं? कधी? इथंच का? यांपैकी काहीही माहीत नसतं. आपण इथं येतो, ते नग्नावस्थेत आणि जातानाही आपण काहीही नेत नाही.

मिळवलेलं सगळंच्या सगळं इतरांच्या नावावर मांडून जावं लागणं हा एक फार महान योग आहे.

इथं सत्य म्हणजे 'तू' नव्हेस आणि 'मी' ही नव्हे, याची ओळख होते. इतकंच नव्हे, तर समर्पण म्हणजे ज्ञान या शब्दाची ओळख शेवटच्या श्वासाबरोबर होते. कारण मिळवलेलं ज्ञानही आपण बरोबर नेऊ शकत नाही. जे आपल्याला शेवटच्या क्षणी समजतं, ते बाऊलला जन्मापासूनच माहिती असतं. म्हणूनच तो उत्कटतेनं गाऊ

शकतो. देहभान हरपून नाचू शकतो आणि निसर्गानं दिलेल्या देणग्या पाहून त्या न मागता मिळाल्या, म्हणून तो कृतकृत्य होऊन रडतोसुद्धा आणि अश्रूंच्या उदकानं त्या भव्य नियतीच्या पायी समर्पित होतो.